# காத்திருங்கள் காதலிப்போம்

மதுரை இராமகிருஷ்ணன்

### டிஸ்கவரி பப்ளிகேஷன்ஸ்

எண்: 9, பிளாட் எண்: 1080A, ரோஹிணி பிளாட்ஸ்
முனுசாமி சாலை, கே.கே.நகர் மேற்கு,
சென்னை - 600 078. பேச: 99404 46650

வெளியீட்டு எண்: 0231

காத்திருங்கள் காதலிப்போம் (கட்டுரை),
ஆசிரியர்: மதுரை இராமகிருஷ்ணன்©
Kathirungal kaathalipom (Essays),
Author: **Madurai Ramakrishnan**©
Print in India
Edition: 1st Jan - 2023, 2st Nov - 2024
ISBN :978-93-95285-45-2
Pages - 192
**Rs - 230**

*Publisher • Sales Rights*

**Discovery Publications**
No. 9, Plot,1080A, Rohini Flats,
Munusamy Salai,
K.K.Nagar West, Chennai - 78.
Tamilnadu, India.
Mobile: +91 99404 46650

**Discovery Book Palace (P) Ltd**
No. 1055-B, Munusamy Salai,
K.K.Nagar West,
Chennai-600 078.
Mobile: +91 87545 07070

discoverybookpalace@gmail.com / www.discoverybookpalace.com

இந்த நூலில் பிரசுரமாகியுள்ள எந்த ஒரு பகுதியையும் எழுத்துபூர்வமான முன்அனுமதி பெறாமல் எடுத்தாள்வதோ, மறுபிரசுரம் செய்வதோ, மொழியாக்கம் செய்வதோ, ஊடகங்களில் மறுபதிப்புச் செய்வதோ, காப்புரிமைச் சட்டப்படி தடை செய்யப்பட்டுள்ளது. இந்த நூலிலிருந்து சில பகுதிகளை மேற்கோள்காட்டி நூல்அறிமுகம் செய்யலாம்.

உங்கள் மொபைல் போனிலிருந்து ஸ்கேன் செய்து 'டிஸ்கவரி புக் பேலஸ்' மொபைல் ஆப்பை டவுன்லோடு செய்து, புத்தகங்களை வாங்குங்கள்.

Scan and download

## என்னுரை

இந்தப் புத்தகம் உங்கள் வாழ்க்கையில் நடந்த ஒரு சம்பவத்தை பதிவு செய்துள்ளது. அந்தப் பக்கங்களை நீங்கள் தொடும்போது, இதயம் சிலிர்க்கும், கைகள் நடுக்கத்தைத் தரலாம், கண்ணீர் எட்டிப் பார்க்கலாம், தைரியமாய் வாசியுங்கள். மீண்டும் வாசிக்கத் தோன்றும் படித்துவிட்டு அந்தப் பக்கங்கங்களின் எண்களைப் பூக்களால் வரைந்து குறித்து வைத்துக் கொள்ளுங்கள்...

ஆதித்யா தொலைக்காட்சியில் படப்பிடிப்பு முடிந்த பிறகு, நானும் எனது நண்பர் திரு வசந்த் அவர்களும் காதலைப் பற்றி நாள் முழுவதும் பேசிக்கொண்டே இருப்போம், அந்த உரையாடலின் அடுத்த கட்டம் படப்பிடிப்பு, அந்தப் படப்பிடிப்பின் அடுத்தப் பரிணாமம் இந்தப் புத்தகம்.

உங்கள் காதலைப் பற்றி நீங்கள் வெளிப்படையாக சொல்லவும், இன்னொரு காதல் அனுபவத்தை ரசித்துக் கேட்பதும், பிரிந்த உயிரை, மறைந்த உயிர்ப்பை, அவசர வாழ்வில் தொலைந்த நம் பால்யத்தை ஒருசில நேரம் மீட்டுத் தருகிறது.

இந்த நிகழ்வு தொலைக்காட்சில் வந்தபோது, சிங்கப்பூரில் பிரபல நிறுவனத்தின் அதிபர், என்னை சந்தித்து, காதலின் பிரிவை பற்றி சுரேந்தரநாத் அவர்களின் கதையைச் சொல்லியிருந்தேன், அது தன்னுடைய வாழ்வில் அப்படியே, நடந்துள்ளது என்றும், அந்த நிகழ்ச்சி அவருடைய காதல் வாழ்க்கையை, காதலாய் வாழ்ந்த தருணத்தை மீட்டு தந்ததாகவும் அதற்கு நன்றி சொல்வதற்காகவே பயணப்பட்டு வந்ததையும் கூறினார்.

ஒரு கல்லூரிக்கு பேச சென்றபோது, அங்கிருந்த மாணவி தன் காதலருடன் பிரிந்து விட்டதாகவும், பின்பு possesiveness பற்றிய நிகழ்ச்சியைக் கண்ட பின்பு, இவர்களே அவனிடம் மன்னிப்புக் கேட்டு மீண்டும் இணைந்ததாக சொன்னார். திருமணத்திற்கு கண்டிப்பாய் அழைக்கவும் என்று வேண்டுகோள் கொடுத்து வந்தேன். இப்படியான அனுபவங்கள் ஏராளம்.

சமூகத்தில் பெயராலும், புகழாலும், பணத்திலும், வெற்றி பெற்றவர்களை நம்மால் எளிதில் அணுக முடியாது என்று நினைப்போம். ஆனால், இந்தக் காதல் அனைவரையும் அழைத்து வந்து என்னிடம் அறிமுகப்படுத்தியது.

இந்தத் தொகுப்பை புத்தகமாய் வெளிவர உதவிய 'டிஸ்கவரி புக் பேலஸ்' மரியாதைக்குரிய திரு.மு.வேடியப்பன் அவர்களுக்கு மனமார்ந்த நன்றிகள்..!

காதலிக்கவும், காதலைப் பற்றி சிந்திக்கவும், காதலின் அனுபவங்களைப் பகிர்ந்து கொள்ளவும் ஒரு அந்தரங்க நெருங்கிய நம்பிக்கையான நண்பன் தேவை இல்லையா...

அந்த நண்பன் நான் தான்...<br>
காதலுடன்<br>
மதுரை இராமகிருஷ்ணன்

## முன்னுரை

காதல் இந்த வார்த்தையைச் சொல்லும்போதே ஏனோ ஒரு புன்னகை வருகிறது, இதயத்தின் ஆழத்தில் ஏனோ ஒரு நினைவு எட்டிப் பார்க்கிறது. உங்களுக்கு ஒரு உண்மை தெரியுமா, காதலிக்க கண்டிப்பாய் ஒரு ஆணோ, பெண்ணோ தேவையே இல்லை, காதல் என்கிற உணர்வும், காதலைப் பற்றிய சிந்தனையுமே உங்களை காதலிக்க செய்யும்.

பருவ வயதினர் தான் காதலிக்க வேண்டும், காதலிக்க ஒரு துணை தேவை என்றெல்லாம், நமக்குத் தவறாய் சொல்லி தந்துள்ளனர்.

இந்த உலகம் எட்டுப்பக்கம் காற்றாலும் எல்லா பக்கமும் காதலாலும் சூழப்பட்டு இருக்கிறது என்று சொல்கிறார் தபுஷங்கர்... இந்த உலகத்தில் தற்போது, தெரிந்தோ, தெரியாமலோ 99% பேர் காதிலித்து கொண்டிருக்கிறார்கள், மீதம் ஒரு சதவீதம் பொய் சொல்கிறார்கள் என்பது தபு ஷங்கர் வாதம்.

காதலில் மட்டும்...
காதலைப் பற்றிய சந்தேகம் வரலாம்
காதலிப்பவர்களைப் பற்றிய சந்தேகம் வரலாம்
நாம் உண்மையில் காதலிக்கிறோமா? என்கிற சந்தேகமும் வரலாம்

காதிலிக்கிறோம் என நினைத்து காதலின் ஒரு துளியைக்கூட உணராத காதலர்களும் உண்டு, இதுதான் காதலா என்று தெரியாமலே காதிலித்த காதலர்களும் உண்டு.

என் காதலை எப்படிச் சொல்வது?

காதலில் *possesiveness* தேவையா?

தோழியிடம் காதலை சொன்னால் தோழமை கெட்டுப் போகுமா?

காதலின் வெற்றி திருமணமா?

முன்னாள் காதலியை சந்திக்கலாமா?

காதல் வயசு கோளாறா? மனசு கோளாறா?

இப்படி எத்தனையோ கேள்விகளுக்கு சங்க இலக்கியம் என்ன சொல்கிறது, தற்கால இலக்கியம் தீர்வு தருகிறதா? சினிமா பாடல்கள், கவிதைகள் இந்தத் தலைப்பை எப்படி சிந்திக்கிறது, என்கிற அனுபவ கட்டுரைகளே இந்தத் தொகுப்பு...

இந்தத் தொகுப்பில் உங்கள் காதலைக் கண்டுபிடித்தாலோ, வாழ்க்கையின் ஏதோ ஒரு பகுதிக்கு நீங்கள் திரும்பிச் சென்றாலோ? உயிரின் ஆழத்தில் இருந்த ஒரு உருவம் உங்கள் முன்னாள் எட்டிப் பார்த்தாலோ, நீங்கள் காதலால் ஆசிர்வதிக்கப்பட்டவர்கள்.

காத்திருங்கள்... காதலிப்போம் ...

## தோழியிடம் காதலைச் சொல்லலாமா?

**கா**தலிப்பவர்கள், காதலித்தவர்கள், காதலை ஏற்றுக் கொண்டவர்கள் அத்தனை பேரையும் காதல் கொண்டு வரவேற்பது, ஆர்.கே! காதலின் சுவாரசியத்தைப் பற்றியும் காதலைப் பற்றியும் பேசுறதுக்கு ஒரு நட்பு தேவையில்ல... அந்த நட்புதாங்க நான்...

இந்த உலகத்துல 90 சதவீதம் பேர் காதலிச்சிக்கிட்டிருக்காங்க... மீதமிருக்கிற 10 சதவீதம் பேர் பொய் சொல்பவர்கள்னு சொல்றாங்க...

அதனால்தான் வைரமுத்து ஐயா சொன்னாரு...
"காதலித்துப் பார்
உன்னைச் சுற்றி ஒளிவட்டம் தோன்றும்
கையெழுத்து அழகாகும்
இராத்திரியின் நீளம் விளங்கும்
தபால்காரன் தெய்வமாவான்!
உன் பிம்பம் விழுந்தே கண்ணாடி உடையும்
இருந்துகொண்டே சாகவும் செய்வாய்
செத்துக்கொண்டே வாழவும் செய்வாய்
ஐந்தடி இடைவெளியில் அமிர்தமிருந்தும்
பட்டினி கிடந்து பழகியதுண்டா?
காக்கைக்கூட உன்னைக் கவனிக்காது
ஆனால் உலகமே உன்னைக் கவனிப்பதாய் உணர்வாய்
காதலித்துப் பார்
சொர்க்கம், நரகம் இரண்டில் ஏதேனுமொன்று
இங்கேயே நிச்சயம்"னார்ல...

சிலபேர் கேட்டாங்க... நண்பா, அவ எனக்கு ரொம்ப நாளா Friend ஆகவே இருந்தா... ரொம்ப Close Friend. என்னமோ தெரியல... எந்த நொடியிலனு தெரியல.. எந்த நாள்னு தெரியல... எனக்கு அவமேல

காதல் ஏற்பட்டுருச்சி... நான் போய் என் காதலைச் சொன்னேன்னா, எங்க எங்களுடைய நட்பு கெட்டுடுமோ? *Friendship* போயிடுமோனு பயமா இருக்கு நண்பா. என்னுடைய காதலை அவகிட்ட போய் சொல்லலாமா? வேணாமான்னு கேட்டிருந்தாருங்க...

வள்ளுவர் சொல்றாருங்க...

**உடம்பொடு உயிரிடை யென்ன மற்றென்ன**
**மடந்தையோடு எம்மிடை நட்பு!**

காதலுக்கு *Base*ஏ நட்புதான்யா... ஏன்னா, நட்புல மட்டும்தான் *Ego* கிடையாது. நட்புல மட்டும்தான் எதிர்பார்ப்பு கிடையாது. நட்புல மட்டும்தான் ஏற்றத்தாழ்வு கிடையாது. காதலி, ஒரு தோழியாக இருக்கும்போது இன்னும் அழகாக இருக்குமில்லையா?

வசந்த் என்கிற புதுக்கவிஞர் எழுதியிருக்கிறாரு...

**அப்போதெல்லாம் நீ அவ்வளவு அழகாய் இல்லை.**
**ஏனெனில், நீ தோழியாய் மட்டுமிருந்தாய்**"னு சொல்வாரு.

தோழி, காதலியாய் மாறும்போதுதான் இன்னும் அழகாய் தெரிகிறாள். அவங்க அழகாகுறதுக்கு ஒரு வாய்ப்புக் குடுங்களேன்.

கெவின்னு அமெரிக்காவில் ஒரு மிகப்பெரிய ஓவியர். உங்களைப்போலவே, அவரும் தன்னுடைய நெருங்கிய தோழி லாரா மீது காதல் வயப்படுறாரு. எந்த நொடியில *Love* வந்துச்சுன்னு அவருக்கும் தெரியல... ஆனா, நம்முடைய *Love*-வைச் சொன்னா, தன்னுடைய *Friendship* கெட்டுப் போயிடுமோன்னு அவருக்கும் அந்தப் பயம் இருந்தது.

ஒரு நாள் லாராவைத் தன் வீட்டுக்கு விருந்திற்கு அழைக்கிறார். லாரா, உனக்காக அந்த அறையில் ஒரு ஆச்சர்யம் காத்திருக்கிறது என்கிறார். லாரா, அந்த அறையினுடைய மூலையைப் பாங்குறாங்க... ஒரு போர்டை ஸ்கிரீன் போட்டுக் கெவின் மூடியிருக்கிறாரு. லாரா, ரொம்ப ஆர்வத்தோட, அந்த *curiosity*யோட அந்தத்திரைச் சீலையைத் திறந்து பாக்குறா... உள்ளே லாராவோட உருவத்த அப்படியே தத்ரூபமாகக் கெவின் வரைஞ்சிருக்காரு... லாராவுக்குப் பிடிச்ச *Necklace*, லாராவுக்குப் பிடித்த *Watch*, லாராவுக்கு ரொம்ப பிடித்த *Chappel*... அந்தப் படம் முழுவதும் லாராவுக்கு எதெல்லாம் பிடிக்குமோ அதைக் கொண்டு அவளுடைய உருவத்த வரைஞ்சிருந்தாரு.

அந்தப் படத்தை ஆசையோடு பார்த்த லாரா கேக்குறாங்க, "இவ்வளவு அழகா என்னை வரைஞ்சிருக்க. எனக்குப் பிடிச்ச

விஷயங்களெல்லாம் வச்சி வரைஞ்சிருக்க. ஆனா, நான் மோதிரமே போடறதில்லையே. இந்த ஓவியத்துல என் கையில மோதிரம் இருக்குற மாதிரி வரைஞ்சிருக்கியே. நான் மோதிரமே போடமாட்டேனே."

கெவின் சிரித்துக்கொண்டே, ஒரு மோதிரத்தை எடுத்து, லாரா முன்னாடி நீட்டி,

*"This is our engagement ring... Will you marry me?"* னு கேக்குறாரு. ஒரு ரெண்டு நிமிடம் அங்க மௌனம் நிலவுது. கனத்த அமைதி நிலவுது.

அதற்கு லாரா கண்ணீரோடு... "இதைக் கேட்பதற்கு உனக்கு இத்தனை நாளானதா கெவின்" என அவனைக் கட்டியணைத்து முத்தமிடுகிறாள்! இரண்டு பேருக்குள்ளிருந்த காதல் மலருது. அந்த ஓவியம் அவங்கள பாத்துச் சிரிச்சிட்டிருந்ததுன்னு அந்தக் கதை வரும்...

**நட்புல மட்டுந்தாங்க தப்ப மன்னிக்க முடியும்.**
**காதல்ல மட்டுந்தான் தப்ப ஏத்துக்க முடியும்.**

நம்ம செய்யிறது தப்போன்னு உங்களுக்குத் தோணுச்சின்னா, மன்னிப்போ, காதலோ ரெண்டுல ஏதோவொன்று உங்களுக்குக் கண்டிப்பா கிடைக்கும். போய் சொல்லுங்களேன்.

★ ★ ★

## காதலிப்பவர்கள் I Love You கண்டிப்பாகச் சொல்லணுமா?

அலையும் கரையும் உரசுகையில் பேசும் மொழி காதல்!
மலரும் மணமும் உரசுகையில் பேசும் மொழி காதல்!
கலையும் சிலையும் உரசுகையில் பேசும் மொழி காதல்!
கண்கள் நான்கும் இதயம் இரண்டும் உரசுகையில் பேசும் மொழி காதல்!

அத்தகைய காதலைக் கொண்டு உங்களை வரவேற்கிறேன்.

இந்தக் காதல் வந்துட்டா மட்டும் காதலர்கள் பேசுவதேயில்லை. காதல் மட்டுமே பேசிக்கிட்டிருக்கு.

ஒரு தோழி கேட்டிருந்தாங்க. நண்பா... நாங்க காதலிக்க ஆரம்பிச்ச புதுசிலெல்லாம் ஒரு நாளைக்குக் குறைஞ்சது 10 முறையிலிருந்து 100 முறையாவது I Love You... I Love you-னு சொல்லிக்கிட்டே இருப்பான். ஆனா, இப்போதெல்லாம் அவன் I Love you-னு சொல்றதே இல்ல நண்பா. அந்தக் காதலை அவன் வெளிப்படுத்துறதே இல்ல நண்பா... காதலிக்கிறவங்க I Love you னு சொல்லிக்க வேணாமான்னு கேட்டிருந்தாங்க...

காதலை அவர் வெளிப்படுத்துறதே இல்லைன்னு சொன்னீங்க இல்லை... காதல் ஏதாவது ஒரு வகையில வெளிப்பட்டுக்கிட்டே தான் இருக்குங்க.

வள்ளுவர் சொல்லுவாரு...

"கண்ணோடு கண்இணைநோக்கொக்கின் வாய்ச்சொற்கள் என்ன பயனும் இல"

கண்ணும் கண்ணும் பாத்துருச்சிப்பா... இனி வாயால பேசி என்னடா பிரயோஜனம்னு வள்ளுவர் கேட்டாருங்க...

காதல் என்கிறது, சொல்லிக் கேக்குறது இல்லை. சொல்லாம புரியறதுதாங்க காதல்.

காற்று வீசும்போது திசைகள் கிடையாது. காதல் பேசும்போது மொழிகள் கிடையாதுன்னு சொன்னார்ல வைரமுத்து ஐயா...

**ஓசை மீன்கள் தூங்கும் ஜாமத்தில்**
**உச்சி மீன்கள் மொழியாகும்!**
**ஆசை தூங்கும் இதயத்தில்**
**அசைவுகூட மொழியாகும்!னார்ல...**

சின்ன சின்ன அசைவுகள்தாங்க காதல். இந்தக் காதலை *I Love You* என்ற மூன்று வார்த்தைக்குள்ள அடக்கிட முடியுமா? அது ஒரு வெளிப்பாடு இல்ல.

**"கோகிலமே நீ குரல் கொடுத்தால்**
**உன்னை கும்பிட்டுக் கண்ணடிப்பேன்**
**கோபுரமே உன்னைச் சாய்த்துக்கொண்டு**
**உந்தன் கூந்தலில் மீன் பிடிப்பேன்**

**வெண்ணிலவே உன்னைத் தூங்கவைக்க**
**உந்தன் விரலுக்கு சொடுக்கெடுப்பேன்**
**வருடவரும் பூங்காற்றையெல்லாம்**
**கொஞ்சம் வடிகட்டி அனுப்பிவைப்பேன்**

**என் காதலின் தேவையை**
**உன் காதுக்குள் ஓதி வைப்பேன்**
**உன் காலடி எழுதிய கோலங்கள்**

புதுக் கவிதைகள் என்றுரைப்பேன்"னார்ல... இந்த வெளிப்பாடு தாங்க காதல்.

ஒரு பையன் போய் அப்பாகிட்ட கேக்குறான். அப்பா, நீ அம்மாகிட்ட *I Love You*-னு சொன்னதே இல்லையேபா.. நீ அம்மாவைக் காதலிக்கவே இல்லையான்னு கேக்குறான். அவங்க அப்பா, செய்தித்தாள் படிச்சிட்டிருக்காரு. அவங்க அம்மா குளிச்சிட்டு இறங்கி வந்தாங்க. அப்பா, அப்படியே திரும்பிப் பார்த்து, மரகதம் அதை எடுத்துட்டு வாயேன்னார். அந்த அம்மா அப்படியே பாத்துட்டு, போய் ஒரு மூக்குக் கண்ணாடியை எடுத்துட்டு வந்து இவருகிட்ட குடுத்தாங்க. இவர் தோள் மேல இருக்குற துண்ட எடுத்து அந்த அம்மாகிட்ட குடுத்தாரு. அந்தப் பையன் அப்படியே பாத்துட்டே இருந்தான். புரிஞ்சிருச்சிப்பான்னு சொல்லிட்டுப் போயிட்டான்.

உங்களுக்குப் புரிஞ்சிச்சா? அதை எடுத்துக் கொண்டுவான்னு கேட்டவுடன், இந்த நேரத்தில் இதைத்தான் கேட்பாருன்னு அந்த

மூக்குக் கண்ணாடியை எடுத்துட்டு வந்து குடுத்தாங்கயில்ல, அந்தப் புரிதல்ல இருக்குங்க காதல். அவ தலைக்குக் குளிச்சிட்டு வர்றா... தலை ஈரமா இருக்கு. ஈரமான தலையோடு இருந்தா காய்ச்சல் வரும்னு தெரிஞ்சு, துண்ட எடுத்துக் குடுத்தாரு இல்ல. அந்த அக்கறையில இருக்குங்க காதல்...

புரிதலிலும், அக்கறையிலும், அன்பின் வெளிப்பாட்டிலும்தானே காதல் இருக்கிறது. இதை ஒரு வார்த்தைக்குள்ளார அடக்கிட முடியுமா?

உலவித் திரியும் காற்றுக்கு உருவம் சேர்க்க முடியாது.

காதல் பேசும் மொழிகளெல்லாம் சப்தக்கூட்டில் அடங்காதுனு சொல்வாங்கயில்ல.

இந்தக் காதல் மொழிக்குத் தனியானதொரு சப்தங்கள் குடுக்கவே முடியாதில்லை. தொடுதலிலும் வெளிப்படுவதுதானே காதல்.

★ ★ ★

## Arranged Marriage-ல் காதல் வருமா?

ஆகாயம் பொழியும் அடைமழை காதல்!
ஆதாயமில்லாத அன்பு மழை காதல்!
ஆதாமை வளைத்த அழகு வலை காதல்!
ஆகாரமில்லாமல் வாழும் கலை காதல்!

அத்தகைய காதலைக் கொண்டு உங்களை வரவேற்கிறேன்.

நெருப்புன்னு சொன்னா வாய் சுட்டுடறது இல்லைங்க. ஆனா, காதல்னு சொன்னா, இந்தக் காதல் எங்கிருந்தோ வந்து நம்மைத் தொத்திக்குதில்ல.

காதல்ல விழுந்தவங்கள மட்டும் காப்பாத்த கூடாதுன்னு சொல்வாங்க. ஏன்னா, அவங்க நம்மளையும் காதல்ல தள்ளி விட்டுடுவாங்களாம்.

ஒரு தோழி கேட்டிருந்தாங்க. நண்பா, எங்க வீட்ல மாப்பிள்ளை பாக்குறாங்க. எனக்கு இந்த Arranged Marriage எல்லாம் நம்பிக்கை யில்லை நண்பா... யாருன்னே தெரியாத ஒரு மனிதர் கிட்ட எப்படிக் காதல் வரும்? Arranged Marriageல காதல் சாத்தியமான்னு கேட்டிருந்தாங்க.

வாழ்க்கையினுடைய சுவாரஸ்யமே அடுத்தடுத்த கட்டத்துல எந்த மனிதரைச் சந்திக்கப் போறோம். அந்த மனிதருக்கும் நமக்கும் எந்த வகையான உறவு ஏற்படப் போகுதுன்னு தெரியாம இருக்கில்ல. அதுதாங்க வாழ்க்கையினுடைய சுவாரஸ்யமே.

நான் பாத்திருந்தா கூட இந்த மாதிரி ஒரு பொண்ணைப் பாத்திருக்க மாட்டேன்பான்னு சிலாகித்த ஆண்கள் உண்டு. இத்தனை நாட்கள் எங்கடா போன? என் வாழ்க்கையில் நீ இல்லாம எங்க போனன்னு கேட்ட பெண்கள் உண்டு.

என் மேல் விழுந்த மழைத்துளியே,
இத்தனை நாளாய் எங்கிருந்தாய்?
இன்று எழுதிய என் கவியே
இத்தனை நாளாய் எங்கிருந்தாய்?
என்னை வருடிய பூங்காற்றே
இத்தனை நாளாய் எங்கிருந்தாய்?
என்னை மயக்கிய மெல்லிசையே
இத்தனை நாளாய் எங்கிருந்தாய்?

என்ற ஏக்கம் இருக்கில்ல, அதுதாங்க காதல். எங்கிருந்தோ தோன்றிய மழை மேகம், நம்ம வீட்டு வாசல்ல மழையாகப் பொழியுதில்ல...

எந்த மேகம் இது,
எந்தன் வாசல் வந்து,
எங்கும் ஈர மழையிங்கு தூவுதே... ன்னார்ல நா.முத்துகுமார்.
யாரென்று அறியாமல்,
பேர்கூட தெரியாமல்,
இவளோடு ஒரு சொந்தம் உருவானதே
ஏனென்று கேட்காமல்
தடுத்தாலும் நிற்காமல்
இவன் செல்லும் வழியெங்கும் மனம் போனதே"னு எழுதுனாரு இல்ல. அதாங்க காதல். அதுதாங்க தெரியாத ஒருவரிடம் ஏற்படும் காதலுங்கிறது.

"யாயும் ஞாயும் யாராகியரோ
எந்தையும் நுந்தையும் எம்முறை கேளிர்
யானும் நீயும் எவ்வழி அறிதும்
செம்புலப் பெயல்நீர் போல
அன்புடை நெஞ்சம் தாம்கலந் தனவே!"ன்னு சங்க இலக்கியம் சொல்லுதில்ல.

நானும், நீயும் என்னடா உறவு? எங்கப்பாவுக்கும் உங்கப்பாவுக்கும் என்னடா பந்தம்? உனக்கும் எனக்கும் என்னடா சொந்தம்? எங்கிருந்தோ வந்த மழை, செம்மண்ணுல சேந்து பிரிக்க முடியாத மாதிரி, நாமும் இங்கு பிரிக்கவே முடியாத பந்தந்தத்தால சேந்துட்டோம்னு அந்தப் பொண்ணு சொன்னாங்க இல்ல. அதுபோலதாங்க arranged marriage. ரெண்டு பேரும் யாரு யாருன்னு தெரியாம ஒரு பந்தம் ஏற்படுதில்ல...

ஒரு அடுக்குமாடி கட்டிடம். அங்குள்ள இல்லத்தரசிகளுக்கு ஒரு போட்டி வைக்கிறாங்க. உங்களுக்குப் பிடித்த ஐந்து விஷயங்களை எழுதச் சொல்றாங்க. முதலாவதாக வந்த பெண், தனக்குப் பிடித்த ஐந்து புத்தகங்களின் பெயர்களை எழுதுறாங்க. இன்னொரு பெண், தனக்குப் பிடித்த ஐந்து திரைப்படங்களினுடைய பெயர்களை எழுதுறாங்க. ஒரு பெண், தனக்குப் பிடித்த ஐந்து சமையல் பெயர்களை எழுதுறாங்க. ஒரு பெண் மட்டும் தன்னுடைய கணவனின் பெயர், தன் குழந்தையின் பெயர், தன்னுடைய தாய், தந்தையரின் பெயர், தனது அண்ணனின் பெயர், தன்னுடைய பெயர்-னு ஐந்து பெயர்களை எழுதுறாங்க. அவங்கதான் முதல் பரிசு வாங்குறாங்க. வாங்கும்போது, நடுவர் கேக்குறாங்க. இந்த ஐந்தில் ஏதேனும் ஒன்றை விட்டுக் கொடுக்க வேண்டும்னா நீங்க எதை விட்டுக் குடுப்பீங்கன்னு கேக்குறாங்க. பாய்ந்து சென்று, தன்னுடைய பெயரை அழிக்கிறாங்க. இந்த நான்கில் ஏதேனும் ஒன்றை விட்டுக் கொடுக்கணும்னா எதை விட்டுக்குடுப்பீங்கன்னு கேக்குறாரு. கனத்த மனதுடன், தன்னுடைய அண்ணனின் பெயரை அழிக்கிறாங்க. இந்த மூன்றில் எதை விட்டுக் குடுக்கனும்னா என்ன பண்ணுவீங்கன்னு கேக்குறாங்க. தவிர்க்கவே முடியாத சூழ்நிலையில், வேறு வழியின்றி தாய்தந்தையரின் பெயரை அழிக்கிறாங்க. இப்போது கணவனுடைய பெயரும், குழந்தையினுடைய பெயரும் மிச்சமிருக்கு. இந்த இரண்டில் ஏதேனும் ஒன்றைத்தான் நீங்கள் தேர்ந்தெடுக்கணும்னு சொன்னபோது, விழிகளில் முட்டிக்கொண்டு வந்த கண்ணீரை அடக்கிக் கொண்டு, குழந்தையின் பெயரை அழிக்கிறாங்க. அழிச்சிட்டு, அந்தக் கணவனின் பெயரையே பாத்துக்கிட்டிருக்காங்க.

"யாரென்று அறியாமல்,
பேர்கூட தெரியாமல்,
இவனோடு ஒரு சொந்தம் உருவானதே"
அதாங்க, அந்தப் பார்வைக்கு அர்த்தம்.

உங்க சக்தியைவிட, என் சக்தியைவிட காதலின் சக்தி பெரியதுங்க.

உங்களுக்கு வரக்கூடிய கணவன் நல்ல காதலனாகவே வருவான். காதலை நம்புங்கள்.

★★★

# Love at First Sight சாத்தியமா?

**உலகை இணைக்கும் உன்னத மொழி காதல்!**
**உயிரை உணரும் ஒற்றை வழி காதல்!**
**உன்னில் என்னைப் பார்க்கும் விழி காதல்!**
**ஒதுக்கும் மனதைச் செதுக்கும் உளி காதல்!**

இந்தக் காதல் மட்டும்தாங்க, கண்களால் பேசப்பட்டு, இதயத்தால் கேட்கப்படுகிறது.

அத்தகைய காதல் கொண்டு உங்களை வரவேற்கிறேன்.

ஒரு நண்பர் கேட்டிருந்தாரு.. அதெப்படிங்க, கண்களால பேச முடியுமா? இந்த, *Love at First Sight* என்பதெல்லாம் சாத்தியமா? ஒரு ஆணும், பெண்ணும் ஒரே ஒருமுறை பார்த்துனால காதல் வந்துடுமா? ஒருமுறை அவங்கள பாக்குறதுனால அவங்களப் பத்தி எப்படித் தெரியும்? இதெல்லாம் சாத்தியமான்னு கேட்டிருந்தாரு.

எல்லாரும் கண்ணு பட்டுடுமோன்னுதானுங்க பயப்படுறாங்க. ஆனா, இந்தக் காதலிப்பவருடைய கண் பரஸ்பரமா நம்மீது படாம போயிடுமோன்னு பயப்படுறவங்கதாங்க காதலர்கள்.

**இருநோக்கு இவளுண்கண் உள்ளது ஒருநோக்கு**
**நோய்நோக் கொன்றந் நோய்மருந்து.**

என்கிறார் வள்ளுவர். அவள் பார்வையில ரெண்டு விஷயம் இருக்குமாங்க. முதல் தடவை பார்த்தா ஒரு நோய் வந்து நம்மைத் தொற்றிக்குமாம். என்ன நோய்னா, காதல் என்கிற நோயாம். இந்த நோய் போகணும்னா, மறுபடியும் மறுபடியும் போய் அந்தக் கண்களைப் பாத்துக்கிட்டே இருக்கிறதுதான், இந்த நோய்க்கு மருந்துன்றாருங்க.

**“விழிகள் பார்த்துக் கொஞ்சம் வந்தது**
**விரல்கள் சேர்த்துக் கொஞ்சம் வந்தது**
**காதல் என்று வந்தது தெரியாதே”**னார்'ல பழநி பாரதி.

"புவியீர்ப்பு விசையில் எப்போதாவது தவறி விழுந்திருக்கிறேன். உனது விழியீர்ப்பு விசையில் எப்போதும் தவறாமல்விழுந்துகொண்டிருக்கிறேன்"னு... சொன்னாருங்கில்ல புதுக்கவிஞர் தபு சங்கர். இது எல்லாமே அந்த Love at First Sight தாங்க. திரும்பத் திரும்பப் போய் அந்த விழிகள் விழுந்துகிட்டே இருக்கணுமாங்க. ஏன்னா, அந்த நோய்க்கு மருந்து வேணும்ல. இந்த Love at First Sight-ன்றது, இன்னைக்கோ, நேத்திக்கோ நடந்தது இல்லைங்க. ராமாயணக் காலத்திலயே இது நடந்திருக்குங்க.

இராமாயணத்துல இராமரும், லக்ஷ்மணரும், விசுவாமித்ரரும் மிதிலையில் நடந்து வர்றாங்க. இராமர் நிமிர்ந்து பார்த்து நடக்கக் கூடியவர். சீதை உப்பரிகையில் பந்து விளையாடும் போது, பந்து உருண்டு ஓடுகிறது. எதேச்சையாகப் பந்தை எடுக்கும்போது சீதை குனிகிறாள். இராமன் நடக்கும்போது நிமிருகிறான். இருவரின் கண்களும் சந்தித்துக் கொள்கின்றன. காதல் பிறந்துவிடுகிறது!

"எண்ணரு நலத்தினாள் இணையள் நின்றுழி,
கண்ணொடு கண் இணைக் கவ்வி, ஒன்றை ஒன்று
உண்ணவும், நிலைபெறாது உணர்வும் ஒன்றிட,
அண்ணலும் நோக்கினான்; அவளும் நோக்கினாள்"னு சொல்றாங்க.

யாருடைய கண்ணை யார் நோக்கினாங்க? யாருடைய மனதை யார் கவர்ந்தார்கள்? யார் காதலை யார் ஏற்றுக்கொண்டார்கள்? யாருடைய கண்கள் யாரோடு கலந்தது?-னு கேட்டா அந்தக் கேள்விக்குக் கம்பர் சொல்லும் பதில்,

அண்ணலும்... அவளும்...

It happened simultaneously and mutually என்பது போல் சொல்வாருங்க கம்பர். அதுதாங்க Love at First Sight என்பது.

சிலரைப் பார்த்தவுடன் காதல் வருகிறது!
சிலரிடம் பழகியவுடன் காதல் வருகிறது!
சிலரைப் பார்க்க பார்க்க காதல் வருகிறது!
சிலரைப் பார்க்காமலே காதல் வருகிறது!

இந்தக் காதலை மட்டும் புரிந்து கொள்ளவே முடியல இல்லீங்க. அதுதாங்க காதல்.

★★★

# காதல் வலி
# பெண்ணுக்கு அதிகமாக இருக்குமா?

**இந்த உலகம் எட்டுப்பக்கம் காற்றாலும், எல்லாப் பக்கமும் காதலாலும் சூழப்பட்டிருக்கிறதுன்னு சொல்வாங்க...!**
**இந்தப் பூமி பந்தைக் காதலின் கைகள்தானே சுழற்றிக் கொண்டு இருக்கின்றன.**
**இந்த ஆதாமும் ஏவாளும் கடித்த ஆப்பிள் இன்னும் தீரவேயில்லை, கடிக்க கடிக்க வளர்ந்துகொண்டே போகிறது, இந்தக் காதல் ஆப்பிள்...!**

அத்தகைய காதலைக் கொண்டு உங்களை வரவேற்கிறேன்.

ஒரு தோழி கேட்டாங்க, நானும் அவனும் இரண்டு வருஷமா காதலிச்சோம். ஒரு சின்ன மனக்கசப்புதான். சின்ன சண்டைதான். ஆனா, ஏனோ தெரியல. என்னை விட்டு அவன் இன்னொரு பெண்ணைக் கல்யாணம் பண்ணிட்டுப் போயிட்டான். இந்தக் காதலில் பிரிவின் வலி ஆணுக்கு இருப்பதைவிட பெண்ணுக்கு அதிகமா இருக்கே நண்பா. என்னால அந்த வலியைத் தாங்கவே முடியல நண்பா. தாடி வளரலைன்னாலும் எனக்கு அந்த வலி இருக்கத்தானே செய்தது? பெண்களின் காதல் தோல்வி பற்றி யாருமே பேசவில்லையேன்னு கேட்டாங்க!

உண்மையைச் சொல்லணும்னா, நம்ம உடம்புக்குள்ள கையைவிட்டு இதயத்தைப் பிச்சி எடுத்துட்டுப் போனா எப்படிவொரு வலி இருக்குமோ, அந்த வலிதான் பிரிவின் வலி. ஆணைவிட பெண்ணுக்கு அதிகமா இருக்கேன்னு கேட்டிருந்தீங்க. இதையேதான் பாரதி,

**"ஆசைமுகம் மறந்து போச்சே,**
**இதை யாரிடம் சொல்வேனடி தோழி**

**நேசம் மறக்கவில்லை நெஞ்சம் – எனில்**
**நினைவு முகம் மறக்கலாமோ?"**னு கேட்டிருப்பாரு.

'அவன் மேல எனக்கு இருக்கக்கூடிய அன்பும், காதலும், பாசமும் என்னைவிட்டுப் போகவே இல்லை. அவனுடைய முகத்தை மட்டும் எப்படி மறக்க முடியும்னு ஒரு பெண் தன் தோழிகிட்ட கேக்குற மாதிரி எழுதியிருப்பாரு. இனிமே அவன் வாழ்க்கையில நம்ம நுழையவே முடியாது.

நம்ம வாழ்க்கையில் அவன் வரவே முடியாதுன்னு தெரிஞ்சதுக்கப்புறமும்கூட கடைசியா ஒரேவொரு முறை அவன் முகத்தைப் பார்த்திட மாட்டோமா? அவன் விரல்களோடு நம் விரலைக் கோர்த்திட மாட்டோமா? வேர் பூத்த அந்தச் சட்டை வாசத்தை ஒரேவொரு முறை நம்ம நுகர்ந்திட மாட்டோமா? என்கிற ஏக்கமிருக்கில்ல... அதாங்க அந்தப் பிரிவு.

வைரமுத்து ஐயா சொல்வாரு...

**"மாலை அந்திகளில், மனதின் சந்துகளில்**
**தொலைந்த முகத்தை மனம் தேடுதே!**
**வெயில் தாரொழுகும் நகர வீதிகளில்**
**மையல் கொண்டு மலர் வாடுதே!**
**வேர்வை பூத்த உந்தன் சட்டை வாசம் என்று**
**ஒட்டும் என்று மனம் ஏங்குதே முகம்**
**பூத்திருக்கும் முடியில் ஒன்றிரண்டு, குத்தும்**
**இன்பம் மனம் கேட்குதே...!"**

முத்தம் குடுக்கும்போது முடி குத்துமாங்க. இனிமே அந்த முடி குத்தவே குத்தாதுன்னு ஏங்குற ஏக்கமிருக்கில்ல... அதாங்க அந்தப் பிரிவின் வலி.

இலண்டன்ல 'ரெட்டிங்ம்' என்ற மாகாணத்துல ஷெரீன்னு (*Sherin*) ஒரு இசைக்கலைஞர் இருந்தாங்க. அவங்க தன்னோடு இருக்கக்கூடிய சன இசைக்கலைஞரான பீட்டரை (*Peter*) காதலிக்கிறாங்க. உன்னுடைய இசை பெரியதா? என்னுடைய இசை பெரியதான்ற போட்டியில் பீட்டரும், ஷெரீனும் பிரிஞ்சிடுறாங்க.

இந்த இசையினாலதான் என்னுடைய காதல் பாதிக்கப்பட்டதுன்னு ஷெரீன் அதுக்கப்புறம் இசையவே வெறுக்க ஆரம்பிச்சிடறா. பீட்டரின் பெயரைக் கேட்டாலோ, பியானோவைப் போய்த் தொட்டாலோ ஷெரீனின் கைகள் நடுங்க ஆரம்பிக்கிறது.

இந்த நிலையில ஷெரீனுக்கு ஒரு கடிதம் வருதுங்க.

உங்களின் இசைதான் என் மனக்காயங்களுக்கு மருந்தாக இருந்தது. உங்களுடைய இசையைக் கேட்டுத்தான் நான் தினமும் உறங்கிக் கொண்டிருந்தேன். இப்போதெல்லாம் உங்களுடைய இசையைக் கேட்க முடியறதே இல்லையே? உங்களுடைய இசைக்கருவிகள் ஏதேனும் பழுதடைந்துள்ளதா? நான் அதைச் சரிசெய்து தருகிறேன்.

- இப்படிக்கு ஹென்றி

இப்படியொரு கடிதம் வருது. ஷெரீன் அதற்குப் பதில் கடிதம் எழுதுறாங்க.

**Music starts with mind and ends with finger. Both are paralyzed.**

என்று பதில் கடிதம் எழுதுறாங்க.

ஹென்றி உடனே ஷெரீன் வீட்டிற்கு வருகிறார். ஷெரீன் யார் என்பதை ஷெரினுக்கே அறிமுகம் செய்கிறார். அவரது இசையை எப்படியெல்லாம் ரசித்தேன் என்பதை உணர வைக்கிறார். ஷெரீன் தனது ரசிகனையும் சேர்த்து ரசிக்கத் தொடங்குகிறாள். ஹென்றியோ இசையையும், இசைத்தவளையும் சேர்த்துக் காதலிக்கிறான். அங்கொரு ஆகச்சிறந்த காதல் மலர்கிறது. எந்தப் பீட்டரின் பெயரைக் கேட்டால் ஷெரீனுக்குக் கை நடுங்குமோ அந்தப் பீட்டரை நேரில் சந்தித்து, தனது திருமணப் பத்திரிகையை நீட்டுகிறாள். ஷெரீன் சொன்னாள், “என் சக்தியைவிட, உன் சக்தியைவிட, காதலின் சக்தி உயர்ந்தது பீட்டர். நானும் நீயும் தேர்ந்தெடுத்திருந்தால் ஓர் சகப் போட்டியாளரைத் தேர்ந்தெடுத்திருப்போம். ஆனால், இந்தக் காதல் எனக்கொரு ரசிகனைத் தேர்ந்தெடுத்துத் தந்திருக்கிறது பீட்டர். என் வாழ்வில் போட்டியாளனுக்கு இடமில்லை. ரசிகனுக்குத்தான் இடமிருக்கிறது”னு ஷெரீன் அந்தத் திருமணப் பத்திரிகையைக் கொடுத்துவிட்டு வந்தாள்.

மாற்றம் என்பது முடிவோ, முற்றுப்புள்ளியோ அல்ல. அதுவும் ஒரு புதிய தொடக்கம்தானே...!

நீங்களும் காத்திருங்கள்... உங்கள் வீட்டுக் கதவையும் கண்டிப்பாக ஒரு நாள் ஹென்றி தட்டுவான். அதற்காகக் காத்திருங்கள்.

★★★

# காதலைச் சொல்லாதீர்கள்; கவிதையாய் வெளிப்படுத்துங்கள்!

**கடவுளையே காதலித்தது, ஆண்டாளின் காதல்!**
**கல்லறையைக் காதலித்தது, ஜிப்ரானின் காதல்!**
**கண்களையே காதலித்தது, இராமனின் காதல்!**
**கண்ணம்மாவைக் காதலித்தது, பாரதியின் காதல்!**

அத்தகைய காதல் கொண்டு உங்களை வரவேற்கிறேன்.

ஒரு நண்பர் கேட்டிருந்தாரு. நானும் அவளைக் காதலிக்கிறேன். அவளும் என்னைக் காதலிக்கிறாள். ஆனால், ரெண்டு பேருமே எங்களுடைய காதலை இதுவரைக்கும் சொல்லல. எழுத்து வடிவத்திலயோ, சொல் வடித்திலயோ நான் சொல்லிடக்கூடாது நண்பா. என் காதலை ஒரு கவித்துவமாக வெளிப்படுத்தணும். எப்படிச் சொல்லலாம்னு கேட்டிருந்தாரு.

காதலை எப்படிச் சொன்னாலுமே அது கவிதைதாங்க.

தபு சங்கர் சொன்னாரு... ஒருமுறை எங்க ஊருக்குப் பெண்ணொருத்தி வந்திருந்தாள். எங்க அம்மா மார்கழி மாசத்துல பூசணிப்பூ வாங்கிட்டு வரச் சொன்னாங்க. நானும் அவளிடம் போய் பூசணிப் பூ கேட்டேன். எங்க அம்மாவிற்கொரு பூசணிப் பூவும் எனக்கொரு புன்னகைப் பூவும் கொடுத்துவிட்டுப் போனாள். நான் அவளுடைய பேரைத் தெரிஞ்சிக்கிறதுக்காக உன் நோட்டைக் குடேன்னு கேட்டேன். எதுக்குன்னு கேட்டா. சும்மா படிச்சிட்டு தரேன். குடுன்னு கேட்டேன். அதுல என் பேரைத் தவிர வேற எதுவுமே எழுதலையேன்னு சொன்னா. அதைப் படிக்கிறதுக்குத் தானே நோட்டைக் கேட்டேன்னு நெனைச்சிக்கிட்டேன். உடனே அவள், என் பெயரை இப்போ படின்னு குடுத்துட்டுப் போனா. நான் அவள் பெயரைத் தெரிந்துகொள்வதற்கு முன்னால், என்னுடைய பெயரை அவள் தெரிந்து வைத்திருந்தாள்.

எங்க வீட்லேயிருந்து வாரப் பத்திரிகை வாங்கிட்டுப் போய் அதிலிருக்கிற பெண்கள் படத்துக்கெல்லாம் மீசையும், தாடியும் வரைந்து அனுப்புவாள். அவளைத் தவிர, வேறு எந்தப் பெண்ணையும் பார்த்துவிடக்கூடாது என்பதுல ரொம்ப முனைப்பாக இருந்தாள். அப்போதும்கூட எங்களுடைய காதலை ஒருவருக்கொருவர் சொல்லவேயில்லை.

ஒரு முறை நாங்கள் ஒரு படத்துக்குப் போயிருந்தோம். அந்தப் படம் திகில் படம். படம் முடிஞ்சி வெளியே வரும்போது அவ கேட்டா. இந்தப் படம் எவ்ளோ திகிலா இருந்துச்சின்னு பாத்தியா. எத்தனை காட்சிகள் திகலா இருந்துச்சின்னு கவனிச்சியான்னு கேட்டா. நான், மொத்தம் 28 காட்சிகள்னு சொன்னேன். அத்தனையுமா எண்ணிக்கிட்டிருந்தன்னு கேட்டா. நீ ஒவ்வொரு முறை பயப்படும்போது என் தோளில சாஞ்சிக்கிட்ட. 28 முறை நீ என் தோளில் சாய்ந்தாய்னு நான் சொன்னேன். உடனே அவ வெட்கப்பட்டா. பயப்படும் போதெல்லாம் என் தோளில் சாஞ்சிக்கிற. வெட்கப்படும்போது சாயமாட்டியான்னு கேட்டேன். பயப்படும்போது உன் தோளில சாஞ்சேன்னா அந்தப் பயம் போயிடும். ஆனால், வெட்கப்படும்போது உன் தோளில சாஞ்சா அந்த வெட்கம் இன்னும் அதிகம் ஆகுமேன்னு சொன்னாள்.

**“வாழ்வார்க்கு வானம் பயந்தற்றால் வீழ்வார்க்கு**
**வீழ்வார் அளிக்கும் அணி”**னு வள்ளுவர் சொல்வாருங்க.

தன்னை நம்புகிறவனுக்கு வானம் எப்படி மழையைத் தருமோ, அதுபோல தன்னை நம்புகிறவனுக்குக் காதல் ஒரு சந்தர்ப்பத்தைத் தருமாங்க.

ஒரு பெண் சந்தம் சொல்லணும். ஒரு ஆண் அந்தச் சந்தத்திற்கு ஏற்றாற்போல பாடலைச் சொல்லணும். அந்த ஆண், அந்தப் பெண்ணை விரும்புறாரு. தான் பாடல் சொல்லும்போதே அந்தப் பெண்ணின் மீதான காதலையும் சொல்லிடணும் என்கிற கட்டாயம் ஏற்படுகிறபோது கண்ணதாசன் ஐயா எழுதுறாரு.

**“கவிதை உலகம் கொஞ்சும் – உன்னைக்**
**கண்டால் இதயம் கெஞ்சும்**
**கொடுத்த சந்தங்களில் என் மனதை நீ அறிய**
**நானுரைத்தேன்**
**சிப்பி இருக்குது முத்தும் இருக்குது**
**திறந்து பார்க்க நேரம் வந்தது இப்போது**
**சிந்தை இருக்குது சந்தம் இருக்குது**
**கவிதை பாடிக் கலந்திருப்பது இப்போது”**னு அந்தப் பாடலை வடிவமைச்சிருப்பாருங்க.

மழை பெய்கிறபோது எந்த விதை மழையை ஏற்றுக் கொள்கிறது, அது விருட்சமாகிறது.

காதல் வரும்போது எந்த மனம் அதைத் திறந்து பார்க்கிறது, அது கவிதையாகிறது.

உங்கள் காதலையும் கவிதையாகப் போய்ச் சொல்லுங்கள்.

★★★

## திருமணத்திற்குப் பிறகு காதல் குறைகிறதா?

ஆகாயத்தை ஒரு பலூனில் அடைத்து வெடிக்காமல் பார்த்துக் கொள்கிறது காதல்..!
கடலை ஒரு பாத்திரத்தில் பிடித்துத் தழும்பாமல் பார்த்துக்கொள்கிறது, காதல்..!
இதயத்தை ஒரு பார்வையால் உழுது மழையில் நனைய விடுகிறது, காதல்..!
இதழைச் சிரிப்பால் செதுக்கி, சிறுக்கியிடம் சிக்க வைக்கிறது, காதல்..!

அத்தகைய காதல் கொண்டு உங்களை வரவேற்கிறேன்.

ஒரு நண்பர் கேட்டிருந்தாரு. நாங்க காதலிக்கிறப்போ சண்டை போடவேயில்ல நண்பா. ஆனா, கல்யாணம் ஆனதுக்கப்புறம் அதிகமான முறைகளில் சண்டைகள் வந்துட்டே இருக்கு நண்பா. சின்னச்சின்ன பிரச்சனைகளெல்லாம் ரொம்ப பெருசா பார்க்கப்படுது நண்பா. கல்யாணத்துக்கு அப்புறம் இந்த மாதிரி சண்டைகள் வருவதற்குக் காரணம் என்ன நண்பா. இதனால், எங்களுக்குள்ள இருக்கிற காதல் போயிடுமோன்னு பயமா இருக்கு நண்பான்னு சொல்லிட்டிருந்தாரு.

காதலுங்கிறது கற்பனைகளின் வெளிப்பாடு. ஆனா, திருமணமோ முரண்பாடுகளின் உடன்பாடா அமைஞ்சிருக்கே. ஒரு ஆணை ஒரு பெண்ணால் புரிந்து கொள்ளவே முடியாது. ஒரு பெண்ணை ஒரு ஆணால் புரிந்துகொள்ளவே முடியாது.

ஆனா, புரிஞ்சிக்கவே முடியாதுங்கிறத புரிஞ்சிக்கலாம் இல்ல. காரணமே இல்லாம காதலிக்கலாம் இல்ல.

அதனால்தான் ஒரு புதுக் கவிஞர் சொன்னாரு,
அவள் பேசிய நாட்களைவிட
பேசாத நாட்களிலே அதிகம் பேசுகிறாள்"னு சொல்றாரு.

சூரியன் கிட்டயிருந்து ஒளியை வாங்கி, அந்தச் சூரியனுக்கே கிரகணத்தை ஏற்படுத்துகிற நிலா மாதிரிதாங்க. காதல் கிட்டயிருந்து ஒளியை வாங்கி, அந்தக் காதலுக்கே கிரகணத்தை உண்டு பண்றதுதான், இந்த ஊடல். ஆனா, இந்த ஊடல் இருந்தாதான் கல்யாண வாழ்க்கை அருமையாக இருக்கும்னு வள்ளுவர் சொல்றாருங்க.

> ஊடல் காமத்திற் கின்பம் அதற்கின்பம்
> கூடி முயங்கப் பெறின்.

என்கிறாருங்க. தாம்பத்திய வாழ்க்கைக்கே ஊடல் வேணும்பா. சின்னச்சின்ன சண்டைகள் வேணும்பானு சொல்றாரு. கணவனுக்கும் மனைவிக்கும் இடையில சண்டை. இவங்க ரெண்டு பேரும் பேசிக்கவே இல்லை. அவளது மகனிடம் பேசுவது போல் இருவரும் பேசுவது போல கண்ணதாசன் ஐயா ஒரு பாட்டுல எழுதியிருப்பாரு.

> காதலித்த பெண்ணை இன்று காணமே கண்ணா,
> தாலி கட்டியவுடன் மாறிவிட்டாள், ஏனடா கண்ணா?
> இந்தக் கேள்விக்குப் பெண் சொல்வாங்க.
> நினைத்ததெல்லாம் வெளியில் சொல்ல முடியுமா கண்ணா?
> அது நீ பிறந்தபின்பும்கூட இயலுமா கண்ணா?
> அந்தப் பெண் கேப்பாங்க.
> வளர்ந்த கலை மறந்து விட்டாள்
> கேளடா கண்ணா – அவள்
> வடித்து வைத்த ஓவியத்தைப் பாரடா கண்ணா!

இப்படிக் கண்ணதாசன் அந்தப் பாடலைச் சொல்லிக்கொண்டு போவாருங்க. இந்தத் திருமணம் முடிந்தபின் வரக்கூடிய பிரச்சனையைப் பற்றி ஒரு நண்பர் பகிர்ந்துகிட்டாரு.

கல்யாணத்துக்கு அப்புறம் அதிகமான முறையில் சண்டை வந்துக்கிட்டே இருந்தது. ஒரு நாள் அந்தச் சண்டை முத்திப்போய், என் மனைவி உன் முகத்துல முழிக்கவே மாட்டேன்னு பையை எடுத்துட்டுப் போயிட்டாங்க. ஒரு பத்து நாள் கழிச்சித் திரும்பவும் எங்க வீட்டுக்கு வந்தா. எனக்குச் சொந்தமான நெறைய பொருட்கள் இங்க இருக்கு. அதையெல்லாம் எடுத்துட்டுப் போகணும்னு சொன்னா. நாங்க ரெண்டு பேரும் பேசிக்கவே இல்ல. பீரோ தெறக்குற சத்தம் கேட்டுச்சி. எதையெல்லாமோ எடுத்து வைக்கிற சத்தமெல்லாம் கேட்டுச்சி. நா அப்பவும் கூட என்ன, ஏதுன்னு

கேட்டுக்கவே இல்லை. அமைதியா உட்காந்துகிட்டே இருந்தேன். ஒரு மணிநேரம் கழிச்சி அவ பைய எடுத்துட்டு வெளிய போனா. உனக்குச் சொந்தமான பொருட்களையெல்லாம் எடுத்துட்டியானு கேட்டேன். ம்... என்கிற பதில் மட்டும் வந்துச்சி. உனக்குச் சொந்தமான பொருளையெல்லாம் எடுத்துட்டுப் போறேன்னு சொல்லிட்டு, என்னைய மட்டும் விட்டுட்டுப் போறியேன்னு கேட்டேன். உடனே அவ திரும்பிப் பாத்தா. எங்க நான்கு கண்களும் சந்திச்சிக்கிச்சி. அந்த நாலு கண்ணிலுமே கண்ணீர் கோர்த்து நின்றது. ஓடிவந்து என்னைக் கட்டிப் பிடிச்சிக்கிட்டா. நீ மட்டும்தான்டா எனக்குச் சொந்தம். இதுதான்டா என் வீடு... இதுதான்டா என் குடும்பம். நீ மட்டும்தான்டா என்னுடைய உலகம்னு என்னை இறுக்கிப் பிடிச்சிக்கிட்டா. நான் உடனே அந்தப் பைய திறந்து பார்த்தேன். அந்தப் பை காலியாக இருந்துச்சி. என்னைப் பார்க்க வேண்டும் என்கிற காரணமும், எங்களுக்குள் இருக்கக்கூடிய காதலும் மட்டுமே அந்தப் பை முழுக்க நிரம்பியிருந்ததுன்னு நண்பர் தன்னுடைய அனுபவத்தைச் சொல்லியிருந்தாரு.

**காதல் சில சமயம் முட்டாள்தனம்!**
**சில சமயம் குழந்தைத்தனம்!**
**பிடிக்காதவர்களோடு சண்டை போடுவது மனித குணம்!**
**பிடித்தவர்களோடு சண்டை போடுவதுதானே காதலின் குணம்!**
**இந்தக் காதலைப் புரிஞ்சிக்கவே முடியல இல்ல.**

★★★

# காதலுக்காகக் காத்திருக்கலாம்...
# காதலில் காத்திருக்கலாமா?

**தவமின்றிக் கிடைக்கும் வரம் காதல்...!**
**தவமிருந்தாலும் கிடைக்காத வரமும் காதல்..!**
**விழியோரம் சேர்த்துக் கொள்வதும் காதல்தான்!**
**சில நேரம் சேராமல் கொள்வதும் காதல்தான்!**

அத்தகைய காதல் கொண்டு உங்களை வரவேற்கிறேன்.

ஒரு தோழி கேட்டிருந்தாங்க. நாங்க எப்போ சந்திக்கணும்னு நெனைச்சாலும் அவன் காலதாமதமாகவே வரான் நண்பா. அவன் காலதாமத்தினால எனக்கு எப்பயுமே கோவம் வந்துகிட்டே இருக்கு. இந்தக் கோவத்தினால எங்களுக்குள்ள காதல் பிரிஞ்சிடுமோன்னு பயமா இருக்கு.

ஒரு உண்மையைச் சொல்லட்டுமாங்க. இந்தக் கோவம் கூட ஒருவகையான காதலின் வெளிப்பாடுதாங்க. இந்த நேரம் போனாதானே நம்முடைய காதலனை நம்ம பார்க்கமுடியும்.இந்த நேரம் போகவே இல்லையே என்கிற ஏக்கமும் என் காதலனைப் பார்க்கவே முடியல என்ற தவிப்பும்தாங்க கோவமாக மாறுது.இது காலத்தின்மீது கொண்ட கோவமே தவிர, காதலன் மீதோ, காதலின் மீதோ கொண்ட கோவம் கிடையாது.

வைரமுத்து ஐயா சொல்வாருல்ல...

**“காத்திருந்தால் நிமிடங்கள் வருடங்களென்பாய்...**
**வந்துவிட்டால் வருடங்கள் நிமிடமென்பாய்...”**

அதிலும் குறிப்பாக,

**“நேற்று வரை நேரம் போகவில்லையே**
**உனதருகே நேரம் போதவில்லையே”** என்றாருல்ல நா.முத்துகுமார்.

இது எல்லாமே இந்தக் காத்திருப்பினுடைய வெளிப்பாடுதானே.

காதலனுக்காகவோ காதலிக்காகவோ காத்திருக்கும் போது மட்டும் காரோடும் வீதியில தேரோடும். கடற்கரை சிலைகளெல்லாம் காதல் கதை கேட்கும். கடிகாரத்தில் முள் இருக்கிறதானாலே அது நம்மைக் குத்திக்கிட்டே இருக்கும். அலைபேசி, அழைக்கலாமா வேணாமான்னு அலைஞ்சிக்கிட்டே இருக்கும். அவளையோ, அவனையோ பார்த்த பிறகு அத்தனையும் மறந்திருக்கும். அதுதானே காதல்.

ஜி. கௌதமன் ஒரு கதையில சொல்லுவாரு...

கவிதா அன்றைக்கு ரொம்ப பரபரப்பா இருந்தா. அன்றைக்குனு பார்த்து அவளோட மேனேஜர் அதிகமான வேலைகளைக் கொடுத்திட்டாரு. *Cab book* பண்ணலாம்னு நெனைச்சி வந்தா, செல்போன் ஸ்விட் ஆஃப் ஆகிடுச்சி. கிடைச்ச ஆட்டோல ஏறி கிளம்பும்போது, ரோடெல்லாம் ஒரே டிராஃபிக். அவளோட காதலன் கார்த்திக் அவங்க வழக்கமாக சந்திச்சிக்கிற கடற்கரையில காத்துக்கொண்டிருப்பானே என்ற பதைபதைப்பு. கிட்டத்தட்ட இரண்டு மணிநேரம் கழித்து கவிதா அந்த இடத்துக்கு வர்றா. கார்த்திக் அங்கே காணோங்க. எனக்காக அவன் காத்திருந்து ஒருவேளை கிளம்பியிருப்பானோ? இந்த இடத்துல உட்காரக்கூட இடமில்லையே. அவன் எவ்ளோ நேரம் நின்னிருப்பான். ஒருவேளை அவன் நிக்கும்போது இவனை வரவங்க எல்லாம் எப்படிப் பாத்துட்டுப் போயிருப்பாங்க. அவன் என்மீது கோவப்பட்டிருப்பானோ? இந்தக் கோவத்தினால் எங்கள் காதல் பிரிந்துவிடுமோ? அடுத்தமுறை அவனைப் பார்க்கும்போது அவன் கோவத்தோடு பேசுவானோ? அப்படிப் பேசினால், அவனைக் கட்டிப்பிடித்துச் சமாதானம் செய்யணும்னு கவிதா தனக்குள்ளேயே பேசிக்கொள்கிறாள். அந்த இடத்தை விட்டுக் கெளம்பலாம்னு நெனைக்கும்போது, வேகமாக அங்க ஒரு ஆட்டோ வந்து நிக்குது.

அந்த ஆட்டோவிலிருந்து கார்த்திக் வேகமா பரபரப்பாக இறங்குகிறான். கவிதா பேச்சைத் தொடங்குவதற்கு முன்னால் கார்த்திக் தொடங்குகிறான். மன்னிச்சிருப்பா... இன்னைக்குனு பாத்து என் மேனேஜர் அதிகமான வேலைகளைக் குடுத்துட்டாரு. என்னுடைய செல்ஃபோன் ஸ்விட்ச் ஆஃப் ஆகிருச்சி. வர வழியெல்லாம் டிராஃபிக் ஜாம். என்னைய மன்னிச்சிரு கவிதான்னு கார்த்திக் சொல்றான். இவள் என்னவெல்லாம் பேசவேண்டும் என்று நினைத்தாளோ, அதையெல்லாம் கார்த்திக் பேசி

முடிக்கிறான். உடனே, கவிதா சொல்றா, உனக்காக நான் எவ்வளவு நேரம் காத்திருக்கேன்னு தெரியுமா? இங்க வரவங்க எல்லாம் எப்படிப் பாத்துட்டுப் போனாங்க தெரியுமா? இங்க உட்காரக்கூட இடமில்லை தெரியுமா? உன்னுடைய ஃபோனுக்கு எத்தனைமுறை கூப்பிட்டேன்னு தெரியுமா? என்று செல்லமாகக் கோவித்துக் கொள்கிறாள். கார்த்திக் அவளைக் கட்டிப்பிடித்துச் சமாதானம் செய்கிறான். சுற்றியிருந்த சிலைகளெல்லாம் தலையில் அடித்துக் கொண்டன. காதல் மட்டும் சிரித்துக்கொண்டிருந்தது. ஏன், தெரியுமா காதல் சிரித்துக் கொண்டிருந்தது? இவன் சமாதானப்படுத்த வேண்டும் என்பதற்காகவே கவிதா கோவித்துக் கொள்கிறாள்.

இருபது வருடமோ இருபத்தைந்து வருடமோ காதலுக்காகக் காத்திருந்தோம். ஒரு அரைமணி நேரம் காதலர்க்காகக் காத்திருக்கலாமே?

ஆயிரம் ஆண்டுகள் தவமிருந்தால்தான் கடவுளைத் தரிசிக்கலாமாம்.

அரை மணிநேரம் காத்திருந்தாலே காதலைத் தரிசித்துவிடலாம்.

★ ★ ★

# காதலில் Possessiveness தேவையா?

**காலத்தை வென்ற ஒற்றைச் சொல் காதல்!**
**காமத்தை வென்ற ஒற்றைச் சொல் காதல்!**
**காயத்தை வென்ற ஒற்றைச் சொல் காதல்!**

ஒருவன் விருப்பப்பட்டு கடத்தப்படுவது காதலில் மட்டும்தாங்க.

அதனால்தான் தபு சங்கர் சொல்வாரு...

**கடிகாரத்தைத் திருடியவனெல்லாம் விரட்டிப் பிடித்திருக்கிறேன்.**
**என் இதயத்தைத் திருடிப் போகிறாய்...**
**பேசாமல் நின்று கொண்டிருக்கிறேன்!**

இந்தக் காதலில் *Possessiveness* தேவையான்னு நெறைய பேரு கேக்குறாங்க. நான், *Instagram*-ல ஃபோட்டோ போட்டால்லாம் அவனுக்குப் பிடிக்கிறதில்லை அண்ணா.நான் நாலு பேருகூட நின்னு பேசினா அவளுக்குப் பிடிக்கிறதில்ல நண்பா. என் பக்கத்துல தற்செயலாகப் பெண் வந்தால்கூட, அதை அவளால் ஏத்துக்க முடியலை நண்பா. இப்படிக் காதலுக்குள்ள இருக்கிற *Possessiveness* தேவையா?

ஒரு புதுக் கவிஞர் எழுதினாரு!

**நான் அவளுக்கு ஊட்டிவிட்டால் கண்களால் பேசுகிறாள்!**
**அடுத்தவளுக்கு ஊட்டிவிட்டால் கைகளால் பேசுகிறாள்!**

என்று எழுதியிருப்பாரு.

பொதுவாகவே, பெண்கள் தங்களுடைய காதல் உலகத்துல இன்னொரு பெண்ணை மட்டுமல்ல, யாரையுமே அனுமதிக்கிறதில்ல. அந்த உலகத்துல நானும், அவனும் மட்டுமே இருக்கணும்னு ஆசைப்படுறாங்க.

நா.முத்துகுமார் ஒரு பாடலில் எழுதியிருப்பாரு...

காதலியின் எதிர்பார்ப்பு என்ன தெரியுமா? என்பதற்கு...

**"அக்கம் பக்கம்... யாருமில்லா பூலோகம் வேண்டும்**
**அந்திப் பகல் உன்னருகே நான் வாழ வேண்டும்"**

அப்படிப்பட்ட உலகத்துல நீ என்னமா செய்வ? என்ற கேள்விக்கு,

**"நீ பேசும் வார்த்தைகள் சேகரித்துச் செய்வேன்,**
**அன்பே... ஓர் அகராதி!**
**நீ தூங்கும் நேரத்தில் தூங்காமல் பார்ப்பேன்**
**உன்னைத் தலைக்கோதி"**

இந்த எதிர்பார்ப்பே காதலினுடைய வெளிப்பாடுதானே.

இவன் மற்றவரிடம் அன்பு செலுத்தினால், எங்க நம்மீது உள்ள அன்பு குறைந்து விடுமோ! என்கிற ஏக்கமும், இல்லையென்றால் காதல் பிரிந்துவிடுமோ! என்ற பயமே உடைமைத்தன்மை என்ற *Pos sessiveness* ஆக வெளிப்படுது.

அதனால்தான் வைரமுத்து ஐயா சொல்லியிருப்பாரு...

**"உன்னை அள்ளி எடுத்து**
**உள்ளங்கையில் மடித்து**
**கைக்குட்டையில் ஒளித்துக் கொள்வேன்"**

எனச் சொல்லும் குழந்தைத்தனமே காதல்தாங்க.

கண்டிப்பதால் காதல் கூடுமா..? கண்டியுங்கள்.

அடித்துக் கொண்டால் அன்பு கூடுமா..? அடித்துக் கொள்ளுங்கள்.

முறைத்துப் பார்த்தால் முத்தம் கிடைக்குமா..? முறைத்துக் கொள்ளுங்கள்.

ஆனால் எதைச் செய்தாலும், காதலோடு செய்யுங்கள்.

சங்க இலக்கியத்தில் ஒரு காட்சி வருதுங்க...

காதலன் போர்க்களத்தில் களமாடுகிறான். காதலி எங்கேயோ இருந்து காதலனின் போர் வீரத்தைக் காதலோடு கண்டுகளிக்கிறாள். போர்க்களத்துல அத்தனை யானைப் படைகளுக்கு மத்தியில், அத்தனை குதிரைப் படைகளுக்கு மத்தியில், அத்தனை வீரர்களுக்கு மத்தியில், அவ்வளவு புழுதிகளுக்கு மத்தியில் காதலிக்குத் தன்னுடைய காதலன் மட்டும் தெரிகிறானாம். அவன் சண்டையிடும் விதத்தைப் பார்த்து ரசித்துக்கொண்டிருக்கிறாள். எங்கிருந்தோ வந்த வேல், அவன் மார்பில் பாயுது. அவன் அப்படியே மண்மீது சாயப் போறான். எங்கிருந்தோ பார்த்துக்கொண்டிருந்த காதலி, இமைக்கும் நேரத்தில காதலி அவன் மண்மீது விழும்முன் இவள்

தன் மார்பில் அவ்வேலை வாங்கி, இவள் மண்மீது சாய்கிறாள். காதலன் அவள்மீது சாய்ந்து உயிர் நீத்தான். அந்தப் புலவர் எப்படித் தெரியுமா, அந்தப் பாட்ட முடிக்கிறாரு? அவனுக்கு முன்னால் அவள் இறக்க வேண்டுமென்பதற்காக மட்டும் அவள் அந்த வேலைத் தாங்கிக் கொள்ளவில்லை. தன்னுடைய காதலனின் உடலை இன்னொரு பெண் தீண்டிவிடக்கூடாது என்பதனால காதலி அந்த வேலைத் தன்னுடைய மார்பில் வாங்கிக்கிட்டளாம். ஏன்னா, மண்ணும் பெண்தானே. மண் என்ற பெண் தன்னுடைய காதலனைத் தீண்டிவிடக்கூடாதாங்க. மண்மீது அவள் விழுந்தாள். அவள்மீது அவன் விழுந்தான்னு அந்தப் பாட்டை முடிச்சிருப்பாங்க.

காதலுக்கு அழகே, *Possessiveness* தான். இருக்கட்டுமே, அது அழகாக இருக்கும்பட்சத்தில் இருக்கட்டுமே!

★★★

## ஆணின் காதலா? பெண்ணின் காதலா? யாருடைய காதல் பெரியது?

மனித உலகின் மறுசுழற்சி காதல்!
கடவுள் கொண்ட கடைசி நம்பிக்கை, இந்தக் காதல்!
இலக்கணமும் தலைக்கணமும் தோற்குமிடம், காதல்!
கட்டப்பட்டு இருந்தாலும், வெட்டப்பட்டு இறந்தாலும்
காலத்தில் அதன்பெயர் காதல்!

இந்த உலகத்துல, இப்போ, இந்த நொடியில உங்கள காதலிக்க ஏறத்தாழ 50,000 பேர் காத்துக்கிட்டு இருக்கிறாங்களாம். அந்த 50,000 தொட்டியில், ஏதேனும் ஒன்றைக் கண்டுவிட்டால், அதில் உங்களை நட்டுவிட்டால், காதல் என்ற பூ பூத்திடுங்க.

இந்தக் காதல்ல மட்டும் இந்தக் கேள்வி இருந்துகிட்டே இருக்குங்க. என்னைய நீ எவ்ளோ தூரம் காதலிக்கிற. நான் உன் மீது வைச்சிருக்கிற காதல் பெரியதா? இல்லை, நீ என்மேல வைச்சிருக்கிற காதல் பெரியதா?ன்னு எல்லாக் காதலர்களும் கேட்டுக்கிட்டே இருக்குறாங்க.

பழனிபாரதி அதுதானே எழுதினாரு...

"உன்மீது நான் கொண்ட காதல்
என்மீது நீ கொண்ட காதல்
எதை நீ உயர்வாகச் சொல்வாய்"னு காதலன் கேட்பதற்கு,

"போடா பொல்லாத பையா
நம் மேல் நாம் கொண்ட
இதை நீ ரெண்டாகப் பார்ப்பாயா"னு அதற்குக் காதலி பதில் சொல்வதாக அமைஞ்சிருக்கும்.

வைரமுத்து ஐயா, இதையும் விஞ்சும் அளவுக்கு எழுதியிருப்பாரு...

"காதல் வந்து தீண்டும் வரை
இருவரும் தனித்தனி
காதல் எனும் பொன் சங்கிலி

**இணைத்தது கண்மணி**
**கடலிலே மழை வீழ்ந்தபின்**
**எந்தத் துளி மழைத்துளி**
**காதலில் அதுபோல**
**கலந்திட்டேன் காதலி**"னு வைரமுத்து ஐயா சொல்லியிருப்பாரு.
**"இரு உயிர்கள் என்பதே கிடையாது,**
**இதில் உனது எனது என்ற பிரிவேது?**"ன்னு கேட்பாரு.

ஒரு புதுக்கவிஞர் சொல்றாருங்க...

**எடை குறையவில்லையே என்று ஏக்கத்தோடு கேட்டேன்.**
**எந்திரம் என்னிடம் ஏளனமாய் சொன்னது**
**முதலில் அவளை இறக்கி வை** என்று

அவளை மனசுல சுமந்துகிட்டே எடை பாக்குறாராங்க. அதனால எடை கூடுமில்லையா?

நம்ம இந்த லைலா – மஜ்னு கதைய கேள்விப்பட்டிருப் போமில்லையா? மஜ்னு – அவருடைய இயற்பெயர் கிவாஸ். மஜ்னு லைலாவை உயிருக்குயிரா நேசிக்கிறாரு. அதனால, லைலா வீட்டுல இருக்குறவங்க அவளை அடைச்சி வைச்சிடறாருங்க. அவங்க ஊருக்குப் போய், மலைமீது ஏறி நின்னு மஜ்னு "லைலா... லைலா"னு கத்திக் கத்தி அழைக்கிறாருங்க. காதல்ல விழுந்தவங்கள ஏதாவது ஒரு வகையில பைத்தியமாதான இருக்காங்க. அந்த ஊருக்குள்ள இருக்கிறவங்க, அவனைப் பைத்தியக்காரன் என்கிறாங்க. ஆனா, மஜ்னுவினுடைய அந்த அன்பைப் பார்த்துக் காட்டு விலங்குகளெல்லாம் அவனுடைய காலடியில படுத்துத் தூங்கிக்கிட்டிருக்கு. இந்தச் செய்தியெல்லாம் லைலாவினுடைய காதுக்கு எட்டுது. உன்மீது மஜ்னு கொண்ட காதல் எத்தனை பெரியதாக இருந்தால், அத்தனை காட்டு விலங்குகளும் அவனுக்குக் கட்டுப்பட்டிருக்கும்னு அந்த ஊர்க்காரங்க சொல்றாங்க.

அப்போ லைலா மஜ்னுவுக்கு ஒரு கடிதம் எழுதுறாங்க. உன்னால், என்னுடைய பெயரை உரக்கச் சொல்ல முடிகிறது. உன்னால், உன் அன்பைக் காட்டு விலங்குகளிடம் பகிர்ந்துகொள்ள முடிகிறது. உன்னைச் சுற்றி நான்கைந்து மிருகங்களாவது அன்புடன் இருக்கிறது. ஆனால், என்னால் உன் பெயரைச் சொல்ல முடியாது. ஏன், எனக்குள் உன்னை நினைக்கக்கூட முடியாது. ஆனாலும், இங்கிருக்கக்கூடிய உறவுகளுக்கு மத்தியில்டே யாருக்கும் தெரியாமல், உன்னை நான் மனதிலேயே நினைத்து நினைத்து உருகிக்கொண்டிருக்கிறேனே. யாருடைய காதல் பெரியது?

மஜ்னு அதற்குப் பதில் கடிதம் எழுதுறாரு. நம் இருவரையும் விட நம் காதல் பெரியதுனு எழுதுறாரு. உன்மீது நான் கொண்ட காதல் பெரியதா, என்மீது நீ கொண்ட காதல் பெரியதா என்று பார்ப்பதைவிட, நம் காதல்தான் பெரியதுதான் என்பதை உணர்ந்து கொள்னு எழுதுறாருங்க.

★ ★ ★

# காதலர்கள் ஏன் கொண்டாடப்படுகிறார்கள்?

**அறிவியல் சுருக்குவதைவிட இந்த உலகத்தை அதிகம் சுருக்குகிறது காதல்!**
**தாங்கும் இந்த உலகத்துல தனியான ஒரு உலகத்தைத் தருகிறது இந்தக் காதல்!**
**வேர்களிலிருந்து பிரித்தெடுத்து சிறகுகளைத் தருகிறது காதல்!**

அத்தகைய காதல் கொண்டு உங்களை வரவேற்கிறேன்.

நண்பர் கேட்டிருந்தாரு. காதலர்கள் எங்கேயாவது பேசிக்கொண்டிருந்தா, இந்த ஊர்க்காரங்க அவங்கள பாத்துச் சிரிச்சிட்டுப் போறாங்களே. காதலிப்பவர்களை இந்த உலகத்தார் காட்சிப் பொருளாய் பார்க்கிறார்களா? கேலிப்பொருளாய் பார்க்கிறார்களா?

வாலி ஐயா சொல்வாருங்க...

**"ஒண்ணுக்கொண்ணு**
**பக்கத்தில பொண்ணு புள்ள**
**நிக்கையில கண்ணுபடும்**
**மொத்தத்தில கட்டழகை**
**அம்மாடி என்ன சொல்ல**

**நூறு வருஷம்**
**இந்த மாப்பிள்ளையும்**
**பொண்ணும்தான் பேறு**
**விளங்க இங்கு வாழணும்**
**சோலை வனத்தில் ஒரு**
**சோடிக்குயில் போலத்தான்**
**காலம் முழுக்க சிந்து பாடனும்"**னு அந்தப் பாட்டுல சொல்லியிருப்பாருங்க.

இந்த உலகத்தவர்கள் காதலர்களை ஒரு ஆச்சர்யமாகவும், அதிசயமாகவும், இன்னும் இந்த உலகத்துல காதல்

வாழ்ந்துகிட்டிருக்கே என்ற சந்தோஷத்தோடும்தான் பாத்துட்டுப் போறாங்களாம்.

"ஊரவர் கௌவை எருவாக அன்னைசொல்
நீராக நீளும்இந் நோய்"னு வள்ளுவர் சொல்வாருங்க.

உலகத்தவர் பாக்குறது, எண்ணெய்யா மாறி இந்தக் காதல் தீபத்தை ஏற்றுமாங்க. ஏன் தெரியுமா? ஒற்றைப் பார்வையில் உயிரை இழந்த வினாடி எல்லோருக்குள்ளும் இருக்கிறது. தூங்காமல் தவித்த ஒரு இரவு எல்லோருக்குள்ளும் இருக்கிறது. புன்னகையுடனோ, கண்ணீருடனோ ஒரு கதை, எல்லோருக்குள்ளும் இருக்கிறது. நிழலாகவோ, நிஜமாகவோ ஒரு காதல் எல்லோருக்குள்ளும் இருக்கிறது.

காதலர்கள் சந்திக்கும்போதெல்லாம் அவர்களுக்குள்ளிருக்கும் காதல் அரை விநாடி எட்டிப் பார்க்கிறது. அவர்களது நினைவுகளை தட்டிப்பார்க்கிறது.

தாஜ்மகாலை வியப்போடு பார்த்தவர்களைவிட, காதலின் சின்னமே இத்தனை அழகானதாக இருந்தால், காதல் எத்தனை அழகானதுன்னு பாத்தவங்கதானே அதிகம். இந்த உலகம், காதலர்கள் அத்தனைபேரையும் காதலின் சின்னமாகவே பாத்துக்கிட்டிருக்கு.

ஜி.கௌதமன் ஒரு கதையில எழுதியிருப்பாரு.

அவ திடீர்னு எனக்கு ஃபோன் பண்ணா. காலையில 5 மணி இருக்கும். நம்ம காதலை எங்க வீட்ல ஒத்துக்கவே இல்லை. எனக்குக் கட்டாயக் கல்யாணம் பண்ண பாத்தாங்க. எனக்கு என்ன பண்றதுனு தெரியல. ஊர்லயிருந்து கௌம்பி சென்னைக்குப் பஸ் பிடிச்சி வந்துட்டேன். என்னைய எங்கயாச்சும் கூட்டிட்டுப் போய் கல்யாணம் பண்ணிக்கோன்னு காலையில 5 மணிக்குக் கூப்பிட்டாள்.எனக்குக் கையும் ஓடல, காலும் ஓடல. என்ன பண்றதுன்னு தெரியல.

அடுத்த அரை மணிநேரத்தில், அவளின் அறைக்கு அழைத்துச்சென்றாள், என் அலுவலகத் தோழி. அவனது வண்டியை வித்து பணத்துக்கு ஏற்பாடு செய்தான், என்னுடைய ஆருயிர் நண்பன். இடைப்பட்ட நேரத்தில், எனக்குத் திருமண ஏற்பாட்டைச் செய்து வைத்தார் என் நண்பரின் நண்பர். கல்யாணச் செலவைத் தானே ஏற்றுக்கொண்டார், கஞ்சன் என்று சொல்லப்பட்ட கண்ணபிரான், மேனேஜர். எல்லாவற்றிற்கும் மேலாக அவளது பெற்றோரையும் எனது பெற்றோரையும், சமாதானம் செய்து அழைத்து வந்தார்,

எனக்கு அதுவரை யாரென்றே அடையாளம் தெரியாத ஒன்னுவிட்ட மாமா. கனவு போல, என்னுடைய திருமணம் முடிந்தது. எல்லாம் முடிந்தபின், நான் யோசித்துப் பார்க்கிறேன்.

எனது ஆருயிர் நண்பன், அலுவலகத் தோழி, யாரென்று அதுவரை தெரிந்திராத ஒன்னுவிட்ட மாமா... இவர்களுக்கெல்லாம் நான் என்ன செய்துவிடப் போகிறேன்னு நெனைச்சிட்டிருந்தேன். காதல் சிரித்துக்கொண்டே சொன்னது, வாழ்ந்து காட்டுங்கள்!

இந்த உலகம் இன்னும் காதலர்கள் மீது நம்பிக்கை வைத்திருக்கிறது. அந்த நம்பிக்கையை உறுதிப்படுத்தும் வகையில் வாழ்ந்து காட்டுங்கள் என்றது போலிருந்தது.

காதலர்கள் எங்கெல்லாம் சந்தித்துக் கொள்கிறார்களோ, அந்த இடமெல்லாம் வழிபாட்டுத் தலங்களாக மாறிடுதாங்க. வழிபாட்டுத் தலங்களை வழிப்போக்கர்கள் வணங்கிவிட்டுத்தானே செல்வார்கள். காதலோடு அவர்களை ஆசீர்வாதம் செய்யுங்கள்.

★ ★ ★

# அன்றைய காதலியைப் பற்றி, இன்றைய மனைவியிடம் சொல்லலாமா?

**சிலருக்குக் காதல் கனவாயிருக்கிறது**
**சிலருக்குக் காதல் கவிதையாயிருக்கிறது**
**சிலரது காதல் கலைகளாயிருக்கிறது**
**சிலருக்குக் காதல் களைந்திருந்திருக்கிறது**

அத்தகைய காதல் கொண்டு உங்களை வரவேற்கிறேன்.

நண்பர் கேட்டிருந்தாரு. நான் ஒரு பெண்ணைக் காதலிச்சேன். ஏனோ, காலத்தின் கட்டாயம். எங்க காதல் ஒன்னு சேரல. இப்ப எங்களுக்குக் கல்யாணம் ஆகி, நான் நல்லபடியாதான் இருக்கன். ஆனாலும்கூட இதயத்தின் ஏதோவொரு மூலையில் அந்தப் பெண்ணினுடைய நினைவு இருந்துக்கிட்டே இருக்கு நண்பா. இந்தப் பழைய காதலைப் பற்றி மனைவியிடம் பேசலாமான்னு கேட்டிருந்தாரு.

சிலநினைவுகளைஇதயத்திலிருந்துஅழிக்கவேமுடியாதும்பாங்க. வைரமுத்து ஐயா சொல்வாரில்ல...

**“கண் பார்த்ததும் கெண்டைக் கால் பார்த்ததும்**
**உன்னைப் பெண் பார்த்ததும் தள்ளிப் பின் பார்த்ததும்**
**சுட்டாலும் மறக்காது நெஞ்சம்**
**சொல்ல வார்த்தையில்லை தமிழுக்குக் கொஞ்சம்**”னார்ல. சில நினைவுகளைத் தீயில சுட்டாக்கூட அதை அழிக்கவே முடியாதாம். ஆனா, யாரோ ஒருத்தர் மீதிருக்கக்கூடிய காதலைப் பற்றிப் பேசுவதை விட, உங்களுக்கருகே, உங்களுக்கெதிரே, உங்களுக்காகவே தன் வாழ்க்கையை அர்ப்பணிச்சிருக்காங்கல்ல, உங்க மனைவி, அவர்கள் மீதிருக்கக்கூடிய காதலைப் பத்திப் பேசுங்களேன். வாழ்க்கை இன்னும் அழகா இருக்கும். காதல் இன்னும் அர்த்தமுள்ளதா இருக்கும்.

வாலி ஐயா சொல்வாரில்ல...

**“வாலிபங்கள் ஓடும் வயதாகக்கூடும்**
**ஆனாலும் அன்பு மாறாதது**
**மாலையிடும் சொந்தம் முடிபோட்ட பந்தம்**
**பிரிவென்னும் சொல்லே அறியாதது**”னார்ல்ல.

அது வாழ்க்கையை அர்த்தமுள்ளதாக மாத்திடும்.

ஜி.கே.சுரேந்தரநாத்னு ஒரு எழுத்தாளர் ஒரு கதையில சொல்லியிருப்பாரு...

அவன் ஒரு இளையராஜா ரசிகர். திடீர்னு அவனுடைய மனைவி அவன் டைரியைப் புரட்டும்போது ஒரு கடிதம் கிடைக்குது. அந்தக் கடிதத்தில் உன்னுடைய காதலையும் என்னுடைய காதலையும் இந்த ஜாதியும், மதமும் பிரித்திருந்தாலும் கூட, நம்முடைய காதல் இளையராஜா பாடல்களின் மூலம் எப்பொழுதும் வாழ்ந்துகொண்டே இருக்கும். எப்பொழுதெல்லாம் இளையராஜா பாடல் கேட்டுக் கொண்டிருக்கிறோமோ, அப்பொழுதெல்லாம் நம் காதல் வாழ்ந்துகொண்டே இருக்கும். இப்படிக்கு, அந்தக் காதலியினுடைய பெயர் எழுதிய கடிதம் மனைவிக்குக் கிடைக்குதுங்க. தன்னுடைய கணவனின் வாழ்க்கையில் இன்னொரு பெண் இருந்திருக்கிறாள் என்பதை ஏற்றுக் கொள்ளவே முடியல.

இதற்காகத்தான் நீ இளையராஜா பாடல்களைக் கேட்கிறாயா என்று அவனைத் தேட, அந்தப் பொழுதிலும் அவன் இளையராஜா பாடலை மெல்லிய குரலில் பாட, எந்த விஷயம் அவளுக்குத் தெரிந்துவிடக்கூடாது என்று நினைத்ததை, அவளுக்குத் தெரிந்துவிட்டது என்று அவன் தவிக்க, இளையராஜாவின் பாடல்களா? மனைவியின் மீது கொண்டுள்ள பாசமா என்ற போராட்டத்தில் மனைவியே ஜெயிக்கிறாள். வீட்டிலுள்ள அத்தனை இளையராஜா பாடல்களடங்கிய சி.டி.களை அப்புறப்படுத்துகிறாள். இனி இளையராஜா பாடல்களையே கேட்கக்கூடாது என்று அவனுக்குத் தடைவிதிக்கிறாள். மீறி அவன் கேட்டால், அவர்களுக்குள் ஒரு பெரிய பூகம்பம் வெடிக்கும் என்கிறாள். காதலியைப் பிரிந்த சோகத்தைவிட, இளையராஜாவின் பாடல்களைப் பிரிந்த சோகமே அவனை நோய்வாய்ப்படுத்துகிறது.

கிட்டத்தட்ட மூன்று மாதத்திற்குப் பிறகு, தன்னுடைய கணவன் எதை இழந்திருக்கிறான்னு மனைவிக்குப் புரியுது. வேறொரு பெண்ணை அவன் நினைத்தாலும் பரவாயில்லை. அவன் முகத்தில் சிரிப்பு இருந்தால் போதுமென்று, அவன் மனைவி ஆயிரம்

இளையராஜா பாடல்களடங்கிய குறுந்தகட்டை அவனுக்குப் பரிசாக அளிக்கிறாள். மீண்டும் அவர்கள் வீட்டில் இளையராஜா பாடல்கள் ஒலிக்கிறது. அந்தப் பாடல்களைக் கேட்கும்போது அவனுக்குக் கண்ணீர் துளிர்த்து வேகமாக ஓடிவந்து, அவன் மனைவியைக் கட்டியணைத்துச் சொன்னான், இப்போதும் இளையராஜா பாடல் கேட்டால் எனக்குக் காதல் நினைப்புதான் வருகிறது. ஆனால், அது நீ என்மீது கொண்ட காதல், நான் உன்மீது கொண்ட காதல்னு அந்தக் கணவன் சொன்னாருங்க.

"அழகான மனைவி அன்பான துணைவி
அமைந்தாலே பேரின்பமே
மடி மீது துயில, சரசங்கள் பயில
மோகங்கள் ஆரம்பமே"னு பின்னாலிருந்து இளையராஜா பாடல் கேட்டுக் கொண்டிருந்தது.

பழைய காதலைப் பற்றிச் சொல்லலாமான்னு கேட்டிருந்தீங்க இல்ல.

வாடிய மலரை அப்புறப்படுத்துங்கள்!
உங்களோடு வாழும் மலரைப் பத்திரப்படுத்துங்கள்!

★ ★ ★

## பிடித்தவர்களைக் காதலிக்க அழகாய் இருக்க வேண்டுமா?

ஒரு ஆணும், பெண்ணும் இணையும்போது ஏற்படக்கூடிய மகிழ்ச்சியையும், பிரியும்போது ஏற்படக்கூடிய துன்பத்தையும் இன்னதுன்னு சொல்லமுடியாத உணர்வுதாங்க, காதல்!
அத்தகைய காதல் கொண்டு உங்களை வரவேற்கிறேன்.

ஒரு தோழி கேட்டிருந்தாங்க. நண்பா, சினிமா காட்சிகளாகட்டும், பாடல்களாகட்டும், காதலர்களை அழகாகவே காட்டுறாங்களே. காதலில் அழகு முக்கியமா? கருப்பா இருக்கும் பெண்களுக்குக் காதல் வரக்கூடாதான்னு கேட்டிருந்தாங்க.

நெல்லை ஜெயந்தா சொல்வாரு...

வெள்ளை மல்லி
சிகப்பு ரோஜா
மஞ்சள் தாழை
எல்லாம் கருப்பாய் இருக்கும்
உன் கூந்தலில் கலப்பதற்காகவே காத்திருக்கின்றன" னார்ல்ல.

உறவுகள் அர்த்தமுள்ளதாக இருக்கும்போது, நிறங்கள் அர்த்தமற்றதாகப் போவதுதானே காதல்.

"அவள் அப்படியொன்றும் அழகில்லை
அவளுக்கு யாரும் இணையில்லை
அவள் அப்படியொன்றும் கலரில்லை
ஆனால் அதுவொரு குறையில்லை
அவள் பெரிதாய் ஒன்றும் படிக்கவில்லை
அவளைப் படித்தேன், முடிக்கவில்லை.
அவள் உடுத்தும் உடைகள் பிடிக்கவில்லை
இருந்தும் கவனிக்க மறக்கவில்லை." னார்ல்ல நா.முத்துகுமார்.
அதுதானே காதல்.

"உண்டார்கண் அல்லது அடுநறாக் காமம்போல்
கண்டார் மகிழ்செய்தல் இன்று" னார்ல வள்ளுவர்.

பழரசம்கூட குடிச்சாதான் சந்தோஷம் தரும். ஆனால், காதலையோ, காதலியையோ நினைத்தாலே மகிழ்ச்சின்றாருங்க.

மதுரையில ஒரு இளைஞன் தன்னுடைய காதலியைப் பாக்குறதுக்காகப் பக்கத்துக் கிராமத்துக்குப் போறாங்க. அங்க நடு ராத்திரியில இவனைத் திருடன்னு நெனைச்சி, அந்த ஊர்க்காரங்க கட்டி வச்சிட்டாங்க. உடனே அவரு சொல்றாரு, நான் அந்தப் பெண்ணைக் காதலிக்கிறேங்க. அவளும் என்னைக் காதலிக்கிறாங்க. நான் அவளைப் பாக்கத்தான் வந்தேன்னு அந்த இளைஞன் சொல்றாரு. உடனே கிராம சபை கூடுது. பஞ்சாயத்துக்குப் பையனுடைய பெற்றோரும், பெண்ணுடைய பெற்றோரும் வரவழைக்கப்படுறாங்க. அந்தப் பெண்ணைக் கூட்டிட்டு வரச் சொல்றாங்க. அந்தப் பெண்ணோ அவ்வளவு அழகால்லாம் இல்லைங்க. அந்தப் பெண்ணைப் பாத்தவுடனே பையனுடைய அப்பா சொல்லிருக்காரு, டேய்! இந்தப் பொண்ணுக்காகவா நடுராத்திரியில கிராமத்துக்கு வந்த. இந்தப் பொண்ணுக்காகவா மாட்டிக்கிட்டு எல்லார்கிட்டயும் அடி வாங்குன? இந்தப் பொண்ணையாடா நீ காதலிக்கிற?

அந்தப் பையன் உயிரினூற்றிலிருந்து ஒரு விஷயத்தைச் சொன்னாங்க. “அப்பா, அந்தப் பொண்ணை நீ என் கண் வழியா பாக்கணும்பா. விண்வெளியின் அழகு, வெறுங்கண்ணுக்குத் தெரியாதுப்பா. அந்தப் பெண்ணினுடைய அழகு என் கண்ணுக்குதான்பா தெரியும்”னாருங்க. உடனே பெண்ணினுடைய அப்பா என்ன தெரியுமா சொன்னாரு? இந்த ஒரு வார்த்தைக்காக தம்பி என்னுடைய பெண்ணை உனக்குத் தர சம்மதிக்கிறேன்னு சொன்னாருங்க. எந்த கிராமம், திருடனென்று சொல்லிக் கட்டி வைத்ததோ, அந்தக் கிராமத்து மக்களின் இதயங்களை எல்லாம் ஒற்றைச் சொல்லில் அந்த இளைஞன் கடத்திட்டுப் போனாங்க. சொல்லப்போனா, திருடிட்டுப் போனாங்க.

அந்தப் பெண்ணை என் கண்வழியாகப் பார்க்கணும்னு சொன்னான்ல. காதல் அழகைப் பார்ப்பதேயில்லீங்க. நம் வாழ்வை இன்னும் அழகாக்கவே பார்க்கிறது.

★★★

# என் காதலியை எப்படிக் கண்டுபிடிப்பது?

**காதல் ஒரு மேகம் போல, தானாய் சுரக்கிறது!**
**காதல் ஒரு மூங்கில் போல, இசைக்காகவே பிறக்கிறது!**
**காதல் ஒரு கடவுள் போல, உருவமில்லா உணர்வாய் இருக்கிறது!**
**காதல் ஒரு குழந்தையைப் போல, கொஞ்சிக் கொஞ்சி விளையாடவேயிருக்கிறது!**

அத்தகைய காதலைக் கொண்டு உங்களை வரவேற்கிறேன்.

ஒரு நண்பர் கேட்டிருந்தாரு. என் காதலி பர்மாவுல இருக்கா நண்பா.நாங்க ரெண்டு பேரும் சமூக வலைதளங்கல்லதான் சந்திச்சிக்கிட்டோம். எங்களுக்குள்ள ஆகச் சிறந்த காதல் இருந்துட்டே இருந்தது. வாட்ஸ் அப்ல வீடியோ கால்லதான் பேசிக்கிட்டிருந்தோம். தீடீர்னு ஒருநாள் இங்க நெலைம சரியில்ல. என்னால இனிமே பார்க்கவே முடியாது. இனிமே நம்ம சந்திக்க முடியுமான்னு தெரியல. நம்ம காதல் என்னாகும்னு தெரியல. என்னைய மறந்துடுன்னு சொல்லிட்டு வச்சிட்டா. கிட்டதட்ட 2 மாசம் ஆகிடுச்சி நண்பா. அவளோட என்னால பேசவே முடியல. அவளோட முகவரி எனக்கு ஓரளவுக்குத் தெரியும் நண்பா. நான் கிளம்பி பர்மாவுக்குப் போலம்னு இருக்கன். காதலுக்காகக் கடலைத் தாண்டலாமான்னு கேட்டிருந்தாங்க.

காதலுக்காகக் கடலை என்னங்க, கண்டத்தையே தாண்டலாம்.

**“கன்னியரின் கடைக்கண் பார்வை பார்த்துவிட்டால்**
**மாமலையும் ஓர் கடுகாம்”**னார்ல பாரதிதாசன்.

மலையே கடுகுன்னா, கடலென்ன காதலைவிட பெரிய விஷயமா? தன்னுடைய காதலி எங்க இருப்பான்னே தெரியல. அவளுடைய தடயங்கள் மட்டுந்தான் இருக்கு. காதலன் கிளம்பிப் போறாரு. அங்க நா.முத்துகுமார் எழுதுனாருங்க.

**“பறவையே எங்கு இருக்கிறாய்?**
**பறக்கவே என்னை அழைக்கிறாய்**

**தடயங்கள் தேடி வருகிறேன், அன்பே"**னு எழுதினார்ல.

**"தேடிக் கிடைப்பதில்லை என்ற ஒரு பொருளைத்**

**தேடிப் பார்ப்பதென்று உயிர்த்தேடல் தொடங்கியது"**னார்ல வைரமுத்து ஐயா.

**"தேடல் உள்ள உயிர்களுக்கே**
**தினமும் பசியிருக்கும்**
**தேடல் என்பது உள்ளவரை**
**வாழ்வில் ருசியிருக்கும்"** னாங்கல்ல.

காதலியைத் தேடிப் போறதென்பதே ஓர் அழகான ருசிங்கிறாங்க.

**"தொடற்சுடின் அல்லது காமநோய் போல**
**விடிற்சுடல் ஆற்றுமோ தீ"**னார்ல வள்ளுவர்.

தொட்டதான்பா தீ சுடும். ஆனால், இந்தக் காதலில், காதலி பிரிஞ்சிப் போனாலே, காதலின் நினைப்பு சுட்டுக்கிட்டே இருக்கும். தேடிப் போங்களேன். தேடித்தான் பாருங்களேன்.

குரேசியாவில் ஒரு பறவை ஆர்வலர் ஒரு சிறகொடிந்த நாரையை மீட்டு எடுத்து வர்றார். அந்த நாரை வேறு ஏதோ கண்டத்தைச் சேர்ந்தது. தினமும் மீன்பிடிக்க செல்லும்போது, இந்த நாரையின் சொந்தம் யாராவது இருந்தால் வாருங்கள்னு கடலை நோக்கிக் குரல் எழுப்பிக்கிட்டே இருப்பாருங்களாம்... ஒரு நாள் அதிகாலைப்பொழுது, இந்தச் சிறகொடிந்த நாரை தன் காதலனோடு கொஞ்சும் மற்றொரு நாரையைப் பார்க்கிறார். தன் காதலியைப் பார்ப்பதற்காக 5,000 கி.மீ. தாண்டி வருகிறது.

ஒரு நாள் மீண்டும் இந்த நாரை தனிமையிலிருக்கிறது. ஒரு தந்தையாய் அவரால் இந்தத் துரோகத்தைத் தாங்கவே முடியவில்லை. இதைப் பார்த்த அவருக்கு, தன்னுடைய பெண்ணை விட்டு அந்த ஆண் பறவை ஏன் போனது? என்ற கணத்த மனதோடு நெனைச்சிக்கிட்டிருந்தாருங்க. இதை அவரால் ஏற்றுக்கொள்ளவே முடியல.ஆனால், இந்த நாரையின் கண்ணில் எந்தவித வருத்தமோ, சலனமோ இல்லை. மீண்டும் பனிக்காலம் தொடங்குகிறது. தன் காதலியைப் பார்ப்பதற்காக 5,000 கி.மீ. பறந்து அந்த ஆண் நாரை இந்தக் கூட்டை அடைகிறது.

இவருக்குப் பறவையின் அறிவியல் புரிகிறது. பனிக்காலத்தில் இங்கேயும், கோடைகாலத்தில் தன்னுடைய தாய்நாட்டிலும் இருக்கும் இயல்பைக் கொண்டிருக்கிறது அந்தப் பறவை. அதற்கெல்லாம் அப்பாற்பட்டது காதல். ஓராண்டு ஈராண்டுகளில்லை... 16

ஆண்டுகள் தொடர்ந்து அந்த நாரை தன் சிறகொடிந்த காதலியைப் பார்க்க வந்துகொண்டே இருக்கிறது. இவர்களுக்கு 16 குஞ்சுகள் பிறந்து பறந்து சென்றன.

ஒரு கட்டத்தில் அந்த ஆண் நாரை தன் சிறகொடிந்த காதலியிடமே தங்கிவிட்டது. அந்தப் பெண் நாரைக்குச் சிறகு உடைந்ததால் பறக்க முடியவில்லை. ஆனால், ஆண் நாரைக்குக் காதல் என்ற சிறகு முளைத்ததால் பறக்க முடியவில்லை. இரண்டும் காதலினால் அங்கேயே தங்கிருச்சிங்க.

இப்போது அந்தப் பறவை ஆர்வலர் தினமும் இரு நாரையையும் கடலுக்கு அழைத்துச் சென்று... இந்த இயற்கையை விட, பிரம்மாண்டத்தைவிட, கடலைவிட காதல் எத்தனை பெரியது என்று கடல்கிட்ட குரல் கொடுத்துட்டு இருக்காருங்க.

காதல் மட்டுந்தாங்க...
பாலைவனத்தைச் சுரக்க வைக்கிறது
பாவங்களை மறக்க வைக்கிறது
பறவையாய் நம்மைப் பறக்க வைக்கிறது
பறந்து செல்லுங்கள்... உங்கள் காதல் பறவையோடு கூட்டுக்குத் திரும்புங்கள்!

★ ★ ★

# காதல் நமக்குச் சிறகைத் தருகிறதா?சிறைபடுத்துகிறதா?

**இந்த உலகத்தில் நாம் பின்பற்ற எத்தனையோ மதங்கள் இருக்கின்றன.**

**வணங்குவதற்கு எத்தனையோ கடவுள்கள் இருக்கிறார்கள்.**

**பேசுவதற்கு எத்தனையோ மொழிகள் இருக்கிறது.**

**ஆனால், பிறப்பினுடைய அர்த்தத்தை அறிய ஒரே வழிதான் இருக்கிறது.**

**அந்த வழிதான் காதல்...**

அத்தகைய காதல் கொண்டு உங்களை வரவேற்கிறேன்.

ஒரு நண்பர் கேட்டிருந்தாரு. காதலிக்கிறதுக்கு முன்னாடி நான் ரொம்ப சுதந்திரமா இருந்தேன். இப்போ அவ என்னை நெறைய கட்டுப்படுத்துறா. காதல் நம்மைச் சிறைப்படுத்துகிறதான்னு கேட்டிருந்தாரு.

இது ஒரு வித்தியாசமான சிறைதாங்க.

கண்களால் கைது செய்யப்பட்டு, உதட்டின் வழியே விடுதலை செய்யிறதுதானே... இந்தக் காதல் சிறையே.

வைரமுத்து ஐயா அதானே சொன்னாரு...

**உலகம் என்றும் விளங்காதது...**

**உறவே எனக்கு இன்று விலங்கானது...!**

**அடடா முந்தானை சிறையானது...**

**இதுவே வாழ்வின் முறையானது...!**

காதல் சிறைப்படுத்துகிறதா எனக் கேட்டால்... காதல் நம் வாழ்வை முறைப்படுத்துகிறதுன்னு சொன்னாருல்ல.

இந்த உலகத்தில் எல்லா உயிரினங்களும் காதலிக்கின்றனன்னு ஓர் ஆராய்ச்சி சொல்லுது... ஆனா, உண்மை என்ன தெரியுமா? காதல் இருப்பதால்தான் இந்த உலகத்திலிருக்கக்கூடிய அத்தனை ஜீவராசிகளுமே உயிர் வாழ்ந்துட்டு இருக்குது.

யாக்கை திரி... காதல் சுடர், அன்பே!
ஜீவன் நதி... காதல் கடல், நெஞ்சே!
பிறவி பிழை... காதல் திருத்தம், நெஞ்சே!
இருதயம் கல்... காதல் சிற்பம், அன்பே!

ஜென்மம் விதை காதல் பழம்
லோகம் துவைத்தம் காதல் அத்வைத்தம்
சர்வம் சூன்யம் காதல் பிண்டம்
மானுடம் மாயம் காதல் அமரம்!

மானுடம் அழிஞ்சிடுமாங்க. காதல் அழியவே அழியதாம். ஏன்னு கேட்டா,

"தொடுவோம், தொடர்வோம், படர்வோம்,
மறவோம், துறவோம்!
தொடுவோம், தொடர்வோம், படர்வோம்,
மறவோம், இறவோம்!"னு பாடல்ல சொல்லியிருப்பாருங்க வைரமுத்து ஐயா.

தொடர்ந்துகிட்டேதாங்க இருக்குமாம் காதல். இந்தக் காதலுக்கு இறப்பு என்ற விஷயமே கிடையாதுங்களாங்க.

கடவுள் இந்தப் பூமியைப் படைத்து மனிதனை அனுப்பினானாம். உன்னைய பிரிஞ்சி என்னால இருக்கவே முடியாதுன்னு சொல்லி அரை நாளில் திரும்பிட்டானாம். பிறகு, கடல், மலை, இயற்கை, பறவை... எல்லாத்தையும் படைச்சித் தந்து மீண்டும் உலகுக்கு அனுப்பினானாம். மனிதன், ஒரே நாளில் திரும்பிட்டான், உன்னைய பிரிஞ்சி என்னால இருக்கவே முடியாது இறைவான்னு. பிறகு காதலைப் படைத்து மனிதனை பூமிக்கு அனுப்புகிறான். மனிதன் திரும்பவேயில்லை... கடவுள் ஒரு நாள் பூமிக்கு வந்து கேட்டாராம். என்னைப் பார்க்க ஏன் நீ திரும்ப வரவேயில்லைனு. அதற்கு மனிதன் சொன்னானாம், இந்தக் காதலின் வடிவில் கடவுளாகிய உன்னைத்தானே கண்டுகொண்டிருந்தேன்.

நீ இருப்பதற்குத் தூணோ, துரும்போ இருந்தால் போதும். நான் இருப்பதற்குக் காதல் தேவைப்படுகிறதே. நான் இறைத்தூதனாகத்தான் இவ்வுலகத்திற்கு வந்தேன். ஆனால், இப்போது சிறைத் தூதனாகக் காதல் என்னை மாற்றிவிட்டது என்றாராம்.

மனிதனோ / மலரோ... காதலியின் கூந்தலும் / கடவுளின் பாதத்திலும்தானே மோட்சத்தை அடைகிறார்கள்!

இந்தக் காதலில் கைதியாகி, இந்த உலகத்தை விட்டு விடுதலைப் பெறவே அத்தனை பேரும் காத்திருக்கிறார்கள்.

காதலில் கைதியாகிட காத்திருங்கள். இந்தக் காதல் உலகம் அழகானது!

★ ★ ★

# இளமையில் மட்டும்தான் காதல் வருமா?

**சாதாரண பேருந்துகள் காதலர்கள் ஏறும்போது**
**மட்டும் குளிர்சாதனப் பேருந்தாகிவிடுகிறது!**
**ராட்டினத்தில் காதலர்கள் சுற்றும்போது**
**அவர்களைப் பார்த்துச் சுற்றாமல் நின்றுவிடுகிறது, பூமி!**
**எல்லோரும் மலர்ந்த பூக்களை விரும்புகிறார்கள்**
**உண்மை தெரியுமா? காதலின் பரிமாற்றத்தில்தான்**
**பூக்களும் மலர்கின்றன..!**

என்றார் நெல்லை ஜெயந்தா.

அத்தகைய காதல் கொண்டு உங்களை வரவேற்கிறேன்.

ஒரு நண்பர் கேட்டிருந்தாரு. நண்பா நான் ஏனோ வாழ்க்கையில தனியாகவே இருந்துட்டேன்! இளைஞன்னு சொல்ல முடியாத வயதிலும், முதியவன்னு முத்திரை குத்த முடியாத வயதிலும் இருக்கக்கூடியவன். நான் மனதளவில் இளமையாய் இருக்கிறேன். சில காலமாக என்னோடு வயதில் குறைந்த தோழிமீது ஏனோ இனம் புரியாத காரணத்தால் காதல் மலர்ந்துவிட்டது! நான் என்னுடைய காதலைப் போய்ச் சொல்லலாம்னு இருக்கேன். காதலுக்கு வயது தடையான்னு கேட்டிருந்தாரு.

உண்மையைச் சொல்லட்டுமா?

மனிதர்களுக்கு மட்டும்தாங்க ஒவ்வொரு வருடமும் வயது கூடிக் கொண்டே போகும்!

ஆனா, காதலர்களுக்கு மட்டுமே ஒவ்வொரு மாதமும், ஒவ்வொரு நாளும், ஒவ்வொரு விநாடியும் வயது குறைந்துகொண்டே வரும்!

"வாலிபங்கள் ஓடும்... வயதாகக் கூடும்...

ஆனாலும் அன்பு மாறாதது"னு வாலி சொன்னார்ல.

அப்படி வாலிபங்கள் ஓடி, எழுபது வயது கடந்து தன் முதல் காதலியின் முகம் நினைவுக்கு வருகிறது. அந்தக் காதலியை மீண்டும்

பார்த்துவிட மாட்டோமா என்கிற ஏக்கம் வருகிறது. உடனே தன் காதலியைத் தேடி, அவள் நினைவின் கனம் தாங்க முடியாமல், அவளைத் தேடிப் போறாருங்க. அப்போது அந்த எழுபது வயது இளைஞனின் மனநிலை இப்படியிருந்திருக்கும்னு நா.முத்துகுமார் அழகா பதிவு பண்றாருங்க...

**"காற்றில் பறக்கும் காத்தாடியானேன்...**
**எட்டு வயதாய் கூத்தாடினேனே...**
**காய்ந்த மரம் நான் பச்சையானேன்...**
**பாலைவனம் நான் நீர்வீழ்ச்சியானேன்**
**வென்பனி மலரே..."**னு எழுதியிருப்பாருங்க.

*Russia* எழுத்துகள்ல காதலை அழகாய் சொன்னவர் தாஸ்தாவெஸ்கி. அவர்தான் "வெண்ணிற இரவுகள்" என்னும் மாபெரும் காதல் படைப்பைக் கொடுத்தவர். அவருடைய மனைவி கொஞ்ச காலத்திலயே இறந்துபோறாங்க. அவருடைய வளர்ப்பு மகனும் அவருக்குத் துன்பத்தையே தர்றான். வாழ்வில் தன்னுடைய சோகத்தை எல்லாம் இலக்கியத்தில் வடிக்கிறார்.அவர் புத்தகம் எழுதுவதற்கு உதவி செய்ய 'அன்னா' என்கிற பெண் வருகிறாள். ஏதோவொரு நொடியில தாஸ்தாவெஸ்கிக்கு அன்னாவைப் பிடிச்சிப் போயிடுதுங்க. அன்னாவின்மீது காதல் கொண்டுவிடுகிறார். அவர்கள் இருவருக்கும் கிட்டத்தட்ட 20 வருட வயது வித்தியாசம்.

தாஸ்தாவெஸ்கியின் அறிவும், கலையும் அன்னாவை அவர்மீது ஈர்க்கச் செய்கிறது. அன்னாவின் ஆறுதலான வார்த்தையும் அன்பும் தாஸ்தாவெஸ்கியைக் கட்டிப்போடுகிறது.

ஒரு முறை தன் நாவலின் கதையைச் சொல்லிக்கொண்டே வருகிறார் தாஸ்தாவெஸ்கி. அன்னா அதை எழுதுகிறாள். அதில் ஒரு 45 ஆண்டுகள் நடுத்தர வயதுடைய இளைஞன் தன்னை விட 20 வயது குறைந்த தன்னிடம் வேலைப் பார்க்கும் பெண்ணைக் காதலிக்கிறான் எனச் சொல்கிறார். ஆனால், இதைக் கண்டு சமூகம் தன் காதலை விமர்சித்து விடுமோ என்கிற பயத்தில் அவன் தன்னுடைய காதலைப் பரிமாறிக்கொள்ளவேயில்லைனு சொல்றாருங்க. எழுதிக்கிட்டே இருந்த அன்னா அவரை ஏறிட்டுப் பார்க்கிறாள்.

அதற்கு அன்னா உடனே, "இது நாவலுக்குள் வருகின்ற காட்சிதானா, இல்லை... எழுத்தாளனின் மனதில் உதிக்கின்ற சிந்தனையா" எனக் கேட்கிறாள். தாஸ்தாவெஸ்கி உடனே சொல்றாரு, "எழுத்தாளனின் மனதில் எந்தச் சிந்தனை உதிக்கிறதோ, அதுதானே

நாவலில் கதையாக ஆகிறது"னு சொல்றாருங்க. இதற்குப் பதிலாக அன்னா சொல்றாருங்க, எந்தவொரு ஆண், கற்பனை மிக்கவனாகவும் கவிதை மிக்கவனாகவும் அன்பும் அறிவும் மிக்கவனாகவும் இருக்கிறானோ, அந்த ஆணை எப்பொழுதுமே பெண்களுக்குப் பிடிக்கத்தானே செய்கிறது"னு எழுதிகிட்டிருந்தவங்க எந்திரிச்சி வெட்கத்தோட போயிடறாங்க. அவர்களுக்கு ஆகச் சிறந்த காதல் மலர்கிறது. தாஸ்தாவெஸ்கி தனது இறுதி வரை அன்னாவுடன் மகிழ்ச்சியாக வாழ்ந்தார்கள் என்பது வரலாறு.

*Oxide* சுரந்தால் நமக்கு வயதாகின்றதுனு அறிவியல் சொல்லுதுங்க.

ஆனால், இந்தக் காதல் சுரந்தால் *Oxide*-ஐயும் கூட *Oxygen* ஆக மாற்றிவிடுகிறது. காதலும் இளமையாகவே இருக்கும். காதலிப்பவர்களும் இளமையாகவே இருப்பாங்க.

★ ★ ★

## காதல் அமையாததும் காதல் தோல்வியா?

எல்லோரும் கண்ணிற்குக் கண்மை தடவுகிறார்கள் காதலர்கள் மட்டும் இனிமையைத் தடவுகிறார்கள்! திருவிழாக்கள் எப்போது வேண்டுமானாலும் தொடங்கலாம் ஆனால், காதலர்கள் சந்திக்கும்போது திருவிழாக்கள் களைகட்டுகிறது!

என்கிறார் நெல்லை ஜெயந்தா. அத்தகைய காதல் கொண்டு உங்களை வரவேற்கிறேன்.

ஒரு நண்பர் கேட்டிருந்தாரு. நண்பா 90's Kidsனு எல்லாரும் Memes போடுறாங்களே. அது என்னப் பத்தித்தான்... எந்தக் கல்யாணத்துக்குப் போனாலும் நீ எப்போ கல்யாணம் பண்ணப்போறனு கேக்குறாங்களே. அது என்னைப் பாத்துதான் நண்பா. என்கிட்ட கடலைவிட பெரிதா காதல் இருக்கு. ஏற்றுக்கொள்ள ஆளில்லையே... காதலே கிடைக்காமல் இருப்பது கூட காதல் தோல்விதானே!

காதல் எனக்கு வருமா / வராதான்னு கேட்டிருந்தாருங்க. காதலுக்காகக் காத்திருப்பதும், காதலிக்காகக் காத்திருப்பதும் ஒரு பெரிய தவம்ங்க.

ரவிசங்கர் அதனால்தான் சொன்னாரு...

"பார்த்துப் பார்த்துக் கண்கள் பூத்திருப்பேன்... நீ வருவாய் என...
பூத்துப் பூத்துப் புன்னகை சேர்த்து வைப்பேன்... நீ வருவாய் என...
தென்றலாக நீ வருவாயா... ஜன்னலாகிறேன்.
தீர்த்தமாக நீ வருவாயா... மேகமாகிறேன்.
வண்ணமாக நீ வருவாயா... பூக்களாகிறேன்.
வார்த்தையாக நீ வருவாயா... கவிதையாகிறேன்."னு

அந்தப் பாட்டுல சொல்லியிருப்பாருங்க. அந்தத் தனிமையினுடைய ஏக்கம் அது விவரிக்கவே முடியாதுங்க. எனக்குத் துணையே இல்லையேனு கேட்டீங்கள்ல.

**“எனக்குள்ள வேதனை நிலவுக்குத் தெரிந்திடும்**
**நிலவுக்கும் ஜோடியில்லை**
**எழுதிய கவிதைகள் உனை வந்து சேர்ந்திட**
**கவிதைக்கும் கால்கள் இல்லை**
**மணி சரிபார்த்து தினம் விழிபார்த்து**
**இரு விழிகள் தேய்கிறேன்.”**னு அந்த ஏக்கத்தைப் பதிவு செய்திருப்பாருங்க.

இதேபோல வள்ளுவரும்,

**“காமக் கடல்மண்ணும் உண்டே அதுநீந்தும்**
**ஏமப் புனைமண்ணும் இல்”**னு சொல்வாரு.

கடல்போல காதல் சூழ்ந்து வருகிறது. நீந்திக் கடந்து செல்ல தோணிபோல் காதலனோ / காதலியோ இல்லையே என்று ஏக்கத்தோடு ஒரு குரலெழுப்புவது போல எழுதியிருப்பாருங்க வள்ளுவர்.

உங்களைப்போலவே கவிஞர் தமிழ்ச்செல்வன் ஒருத்தர் இருந்தாரு.

எனக்குள்ளே காதல் இருந்தது. எனக்குள்ளே கவிதை இருக்கிறது. அதைப் புரிந்துகொள்ள காதலி இல்லை. எனக்குண்டான காதல்... காதலைவிட காதலின் கனம் கொடியது... இக்காதலை யாரிடம் சொல்வது?

**“கல்லிடம் சொன்னால் அது கடவுளாகிவிடும்!**
**காற்றிடம் சொன்னால் அது கரைந்து போய்விடும்!**
**காகிதத்தில் சொன்னால் அது கவிதையாகிவிடும்!**
**எல்லா விதையும் விதைத்தால்**
**ஓரிடத்தில் மட்டுமே முளைக்கும்.**
**ஆனால் கவிதை மட்டும் விதைத்தால்**
**பல இடங்களில் முளைக்கிறது”**னு சொல்லியிருப்பாருங்க.

அப்படி ஒரு கவிதை வாசகியாய் எனக்கு அறிமுகம் ஆனவள்தான் தன் காதலி கவிதா என்னும் அந்தப் பெண்.

என்னைப்பற்றி ஒரு கவிதை சொல்லேன் என்று கேட்டாள்! நான் உடனே சொன்னேன், எல்லாக் கவிதையும் உன்னைப் பற்றியதுதான்! ஆனால் இப்போதுதான் அந்தக் கவிதைகளெல்லாம் உன்னைச் சந்திக்கின்றனன்னு சொன்னேன். என் கவிதையை ரசித்தவள் என் மனைவியாகி எனக்கொரு பரிசைத் தந்தாள். அந்த உயிருள்ள கவிதையாய் என் மகள் இப்போது விளையாடிக் கொண்டிருக்கிறாள்.

சாதாரண நிலம் – சதுப்பு நிலமானால், பறவைகள் வந்தே தீரும்.
மூங்கில் புல்லாங்குழலானால் ராகம் வந்தே தீரும்.
வானம் இரவுக்குப் பாலமிட்டால் நிலவு வந்தே தீரும்.
உயிரை உறவுக்குப் பாலமிட்டால் காதல் வந்தே தீரும்.

உங்கள் உயிரை உறவுக்குப் பாலமிடுங்கள்... உங்கள் காதலியை வரவேற்க மனதிற்குள் கோலமிடுங்கள்.

★ ★ ★

# காதலின் காயங்களுக்கு எது மருந்து?

**நகரப் பேருந்துகள் காதலர்கள் ஏறும்போது**
**நகராப் பேருந்துகளாகிறது..!**
**காதல் கொண்ட இதயத்துக்குதான்**
**வானவில் ஒரே நிறம் என்பது புரியும்!**
**எதன் துணையுமின்றி எவர் தயவுமின்றி**
**சூறாவளியிலும் சுகமாய் இருபவர்கள், காதலர்கள்!**

என்கிறார் நெல்லை ஜெயந்தா.

அத்தகைய காதல் கொண்டு உங்களை வரவேற்கிறேன்.

நண்பா, என் காதலி என்னைவிட்டுப் போயி 2 வருஷமாச்சு. இதுவரை அவளை மறக்கவும் முடியல. வேற பொண்ண நினைக்கவும் முடியல. கண்கள் செய்த குற்றத்திற்காக இதயத்திற்கு இவ்வளவு பெரிய தண்டனையா? காதலின் காயங்களுக்கு மருந்தே கிடையாதான்னு கேட்டிருந்தாரு.

பார்த்து பரவசமடைந்த கண்கள்தானே, பார்க்க இருந்தா பரிதவிக்கவும் செய்யுது.

இதயத்தின் வெப்பத்தில் சில சமயம் கண்ணீரே வற்றிவிடும்.

**"கதுமெனத் தாநோக்கித் தாமே கழலும்**
**இதுளகத் தக்க துடைத்து"**

அதனால்தான் வைரமுத்து ஐயா சொன்னாரு...

**"நவம்பர் மாத மழையில், நான் நனைவேன் என்றேன்**
**எனக்கும் அந்த நனைதல் மிகப் பிடிக்கும் என்றாய்..!**
**மொட்டை மாடி நிலவில் நான் குளிப்பேன் என்றேன்**
**எனக்கும் அந்தக் குளியல் மிகப் பிடிக்கும் என்றாய்..!**
**சுகமான குரல் யார் என்றால், சுசிலாவின் குரலென்றேன்**
**எனக்கும் அந்தக் குரலில் ஏதோ மயக்கம் என்றாய்..!**
**கண்கள் மூடிய புத்தர் சிலை என் கனவில் வருவது பிடிக்குமென்றேன்**

தயக்கமென்பது சிறிதுமின்றி அது எனக்கும் எனக்கும் பிடிக்கும் என்றாய்!
அடி உனக்கும் எனக்கும் எல்லாம் பிடிக்க
என்னை ஏன் பிடிக்காதென்றாய்?" னு அந்தப் பாட்டுல கேட்டிருப்பாருங்க.
மஞ்சள் வெயில் நீ... மின்னல் ஒளி நீ...
உன்னைக் கண்டவரைக் கண்கலங்கி நிற்க வைக்கும் தீ நீ...

ஜி.கே.சுரேந்தர் ஒரு கதையில சொல்வாரு...

என்னுடைய பக்கத்து வீட்லதான் ஜென்சி இருந்தாள். எங்க குடும்பமும், அவங்கக் குடும்பமும் நல்ல நட்பு. அதனாலேயே எங்க இரண்டு பேருக்கும் காதல் மலர்ந்தது. என்னதான் பக்கத்து வீட்ல இருந்தாலும், ஜாதியும் மதமும் நம்மைத் தூரப்படுத்தத்தானே செய்கிறது.

நம்ம காதலால நம் குடும்பங்கள் பிரிய வேண்டாம். நாமே பிரிந்து விடுவோம்னு முடிவு பண்ணோம். ஜென்சியை விட்டு நந்தினியைத் திருமணம் செய்தேன். எங்கள் திருமணத்திற்கு ஜென்சி வீட்டில் எல்லோரும் வந்திருந்தார்கள். ஜென்சியைத் தவிர...

ஒருநாள், ஜென்சியின் அண்ணன் எங்களைக் கட்டாயப்படுத்தி அவர்கள் வீட்டிற்கு அழைத்தான்.

ஜென்சியோடு எந்த ஹாலில் நானும் ஜென்சியும் எங்களுடைய ஒற்றைப் பார்வையைப் பரிமாறிக் கொண்டோமோ, அந்த ஹால்ல அவளைப் பார்க்காமல் நானும், என்னைப் பார்க்காமல் அவளும், ஒருத்தரையொருத்தர் பாத்துக்காமலேயே தலைகுனிஞ்சி உட்கார்ந்து இருந்தோம். எந்த ஸோபாவில் எங்கள் காதல் தவழ்ந்து வளர்ந்ததோ... அந்த இடத்தில் என் மனைவி நந்தினியோடு அமர்ந்திருந்தேன். எப்போதும் தொலைக்காட்சி அமைதியாகவும், ஜென்சியின் குரல் சத்தமாகவும் கேட்டுக்கிட்டே இருக்கும். இன்று அந்த வீட்டில் தொலைக்காட்சியின் குரல் அதிகமாகவும், ஜென்சியின் குரல் காணாமலும் இருந்தது.

நாங்க கிளம்பும் போது, ஒரு நிமிடம் என்று சொன்ன ஜென்சி, ஷெல்ஃபில் இருந்து ஒரு புத்தகத்தை நந்தினியிடம் நீட்டினாள். அது Home encyclopedia என்ற புத்தகம். நந்தினி அதைப் பார்த்துவிட்டு என்னையும் பார்த்துவிட்டு ஜென்சியிடம் சொன்னாள். இந்தப் புத்தகம், உங்களிடமே இருக்கட்டும். இது இவர் உங்களுக்கு முதல் முதலாய் பரிசாய்க் கொடுத்தது. அது உங்களிடமே இருக்கட்டும்னு சொன்னா!

அதிர்ச்சியில் நானும், மிரட்சியில் ஜென்சியும். நந்தினிக்கு எப்படி எங்கள் காதல் கதை தெரியும் என்ற மிரட்சியில் ஜென்சி இருக்க... Sorry என்றால், ஜென்சி. Thanks என்றாள் என் மனைவி நந்தினி.

எங்களுக்குத் திருமணமாகி 10 வருடங்கள் ஆகிவிட்டது. இதுவரை நானும் ஏதும் சொல்லவில்லை. அவளும் ஏதும் கேட்கவில்லை. Encyclopediaவில் இல்லாத அறிவு என்னவளுக்கு இருந்தது... Encyclopediaவின் கணத்தைவிட என்னவளின் கனம் மிகுதியாய்த் தெரிந்ததுனு அந்தக் கதையில சொல்லியிருப்பாருங்க.

காதலின் காயங்களுக்குக் காலம் சில சமயம் மருந்தாகும்னு சொல்வாங்க. காதலின் காயங்களுக்குக் காதலே மருந்தாகும்னு இப்போது புரிந்தது. உங்களின் Encyclopediaவைக் கண்டுபிடியுங்கள்.

★ ★ ★

# ஒருவரை ஒருவர் பார்க்காமல் காதல் வருமா?

**காதலர்கள் கைகோர்க்கும் போது**
**காதல் நம்மிடையே கைகோர்த்துச் செல்கிறது.**
**யாருமறியாமல் காதலர்கள் தொட்டு பார்க்கும்போது**
**நம்மையும் அறியாமல் காதல் நம்மிடம் எட்டிப் பார்க்கிறது.**

அத்தகைய காதல் கொண்டு உங்களை வரவேற்கிறேன்.

ஒரு தோழி கேட்டாங்க... நண்பா, நீங்க பார்க்காமலே காதல் வரும்னு சொல்லியிருந்தீங்க. அப்படி சினிமாவுல கூட காட்டியிருந்தாங்க. கண்கள் சந்திக்காமல் காதல் வருமா? பார்க்காமல் காதல் என்பது சாத்தியமான்னு கேட்டிருந்தாங்க.

வைரமுத்து ஐயா சொல்வாரு...

**'காதல் என்றுண்டு அது கடவுள் போல,**
**உணரத்தானே முடியும் சொல்ல உருவம் இல்லை'**னு சொல்லியிருப்பார்.

பகவான் பேசுவதில்லை. என் பக்தியும் குறைவதுமில்லை.காதலி பேசுவதில்லை. காதல் குறைவதுமில்லை. பார்க்காத கடவுள்மீது பக்தி எப்படிச் சாத்தியமோ, அப்படிக் காதல் சாத்தியம்னு வைரமுத்து ஐயா சொன்னார்.

அந்தக் காலத்துல தேவாரத்துல திருஞானசம்பந்தர் சொல்றாருங்க... "காதலாகிக் கசிந்து கண்ணீர் மல்க, ஓதுவார் தம்மை நன்னெறிக் குய்வது" என்பார். நான் உன்மீது கொண்ட பக்தியே காதலின் வெளிப்பாடுன்னு சொல்வாருங்க. கடவுள்மீது கொண்ட பக்தி, பார்க்காமல் வருகிறதோ, அதுபோலவே காதல்னு திருஞானசம்பந்தரும், வைரமுத்து ஐயாவும் அன்பின் மிகுதியே என்கிற ஒற்றைப் புள்ளியில் சேருறாங்க.

தலைவனும், தலைவியும் பார்க்கவே இல்லை. கடிதத்தின் மூலமா மட்டுமே காதலிச்சிக்கிட்டிருக்காங்க. தலைவன் கேட்பதாக அந்தப் பாட்டுல எழுதுறாங்க.

**உன் முகம் நான் பார்க்க கடிதமே தானா?**
**வார்த்தையில் தெரியாத வடிவமும் நானா?**
**நிழற்படம் அனுப்பிடு என்னுயிரே...**
**நிஜமின்றி வேறில்லை என்னிடமே...** என்று

அந்தப் பாட்டுல ஆணும், பெண்ணும் பேசிக் கொள்வதாக அமைஞ்சிருக்குங்க.

வைக்கம் முகமது பஷீர் என்கிற மலையாள எழுத்தாளர், சுதந்திரப் போராட்டத்துல ஈடுபட்டு சிறைக்குப் போறார்... அந்தச் சிறையில ஒரு 40 அடி மேலான ஒரு மதில் சுவர் இருக்கு. பஷீர் அந்தச் சுவற்றுக்கு அருகே ரோஜா செடிகளை வளர்க்கிறார். ஒரு நாள் பஷீர் விசிலடித்துக்கொண்டே ஏதோவொரு வேலை செய்துகொண்டிருந்தார். யார் விசிலடிப்பது எனக் கேட்க, என் பெயர் பஷீர் என்கிறார். என் பெயர் 'நாராயணி' என்கிறாள், அந்தப் பெண்.

நீங்க இங்க விசிலடிச்சிக்கிட்டு என்ன பண்றீங்கன்னு கேக்குறாங்க. அதுக்கு பஷீர், நான் இங்க ரோஜா வளர்க்கிறேன்னு சொல்றாரு. எனக்கொரு ரோஜா தருவீர்களா? இந்த உலகத்தில் உள்ள அத்தனை ரோஜாக்களையும் தருவேன்னு பஷீர் சொல்றாரு. உடனே, அந்தப் பெண் உள்ளுக்குள் சிரிக்கிறாங்க. ஒருவரையொருவர் பார்த்துக்கொள்ளாமலே அவர்களுக்குள் காதல் மலர்கிறது. தினமும் அந்தப் பெண் மதிலுக்கு அந்தப் பக்கத்தில் ஒரு கிளையைத் தூக்கி எறிவாள். மதிலுக்கு மேலே முறிந்த கிளை பறந்து வந்தால் மதிலுக்கு அருகே பஷீர் பறந்து வருவார்.

இருவரின் காதலுக்கும் மதில் பதில் சொல்லும். ஒரு நாள் சிறைச்சாலையின் பொது மருத்துவமனையில் இருவரும் சந்திக்கலாம் என முடிவு செய்தனர். பஷீர் ஆர்வத்தோடு மதில் அருகே வருகிறார். சிறை அதிகாரி அந்நேரத்தில் பஷீரிடம் அவரது உடையை நீட்டி, உங்களுக்கு இன்றைக்கு விடுதலை என்கிறார். பஷீரால் அதைத் தாங்கிக் கொள்ளமுடியவில்லை. நான் நாளைக்கு விடுதலை ஆகிக்கொள்ளலாமான்னு கேட்கிறார். அதற்கு, அந்த அதிகாரி அதெல்லாம் முடியாது. நீங்க இன்றைக்கே வெளியேறணும்னு சொல்லிடறாரு.

சிறைச்சாலையின் மருத்துவமனைக்கோ, ரோஜா செடிகள் இருக்கும் மதில் அருகிற்கோ செல்ல அனுமதி மறுக்கப்பட்டு பஷீர் வெளியேற்றப்படுகிறார். வெளியே வரும்போது மதில்கள்

மேலே அந்தக் கிளை காற்றைக் கிழித்துப் பறந்து பறந்து விழுந்து கொண்டிருந்தது.

நாராயணி முறிந்த கிளைகளை வீசி வீசி எத்தனை முறை முயன்றிருப்பாள், எத்தனை நாட்கள் நான் மருத்துவமனையில் சந்திக்கலாம் எனக் காத்திருந்திருப்பாள். பஷீர் எழுதுகிறார்... கட்டிட சிறையிலிருந்து என்னை விடுதலை செய்தனர். ஆனால், நான் இன்னும் காதல் சிறையின் கைதியாகவே இருக்கிறேன்னு அந்தக் கதையை முடிச்சிருப்பாருங்க.

வார்த்தைகள் வறண்ட இடத்தில் கண்கள் பேசுகிறது!
கண்கள் பேச முடியாத தருணத்தில் காதல் பேசுகிறது!
காதல் பேசும்போது கண்கள் பார்க்கவேண்டுமா என்ன?

★ ★ ★

# காதல் விளையாட்டு...
# காதலியிடம் தலையாட்டு

**காதலர்கள் கைகோர்க்கும்போது**
**ஆயுள் ரேகையைப் பலப்படுத்துகிறது காதல் ரேகை..!**
**காதலர்கள் நடக்கும்போது நிலப்பரப்பு நிலாப்பரப்பாகிறது!**
**காதலர்கள் பிரியும்போது வெள்ளிக்கிழமை வெறும் கிழமையாகிறது!**
**காதலர்கள் சேரும்போது திங்கட்கிழமை தங்கக் கிழமையாகிறது.**

அத்தகைய காதலைக் கொண்டு உங்களை வரவேற்கிறேன்.

ஒரு நண்பர் கேட்டிருந்தாரு... என்னவள் எப்போதும் என்னை கட்டுப்படுத்திக்கொண்டே இருக்கிறாள். நான் என்ன செய்ய வேண்டும் என்பதை அவளே தீர்மானிக்கிறாள். அவள் என்ன சொன்னாலும் நான் தலையாட்டணும்னு ஆசைப்படுறா நண்பா. காதலில் அடக்குமுறை சரியான்னு கேட்டிருந்தாரு.

ஒரு உண்மையைச் சொல்லட்டுமா? வாழ்க்கையில ஜெயிக்கணும்னா காதலிப்பவர்கள் கிட்ட தோற்கலாமா? காதலியிடமும், மனைவியிடமும் தோற்றுக்கொண்டே இருக்கும் போதுதான் காதலில் ஜெயித்துக்கொண்டே இருக்கிறோம்.

அதுனாலதானே பாடலாசிரியர் விவேகா எழுதுனாரு...

**“நீ காற்று, நான் மரம்...**
**என்ன சொன்னாலும் தலையாட்டுவேன்**
**நீ மழை, நான் பூமி...**
**எங்கே விழுந்தாலும் ஏந்திக் கொள்வேன்**
**நீ இரவு, நான் விண்மீன்...**
**நீ இருக்கும்வரை தான் நான் இருப்பேன்**
**நீ அலை, நான் கரை...**
**என்ன அடித்தாலும் ஏற்றுக் கொள்வேன்**
**நீ உடல், நான் நிழல்...**

**நீ விழவேண்டாம் நான் விழுவேன்**

**நீ சுவாசம், நான் தேகம்...**

**நான் உன்னை மட்டும் உயிர்த்திட அனுமதிப்பேன்"**னு சொன்னார்ல. அந்த ஏற்றுக் கொள்ளுதல் தானே காதல்.

வள்ளுவர் இதை அழகாக சொல்வாருங்க...

**"காமம் கடும்புனல் உய்க்கும் நாணொடு**

**நல்லாண்மை என்னும் புணை "**

காதல் வந்துவிட்டால் 'நான்' என்ற ஆண் அகந்தையைக் காதல் வெள்ளம் அடிச்சிட்டுப் போயிடுமாம்.

ஜி.ஆர்.சுரேந்தர் ஒரு கதையில சொல்வாரு...

அவர் ஒரு ஆசிரியர். +2 மாணவர்களுக்குப் பாடம் நடத்திக் கொண்டு இருந்தார். தீடீர்னு ஒரு மாணவன் ஓடிவந்து, உங்களைப் பார்க்க ஒரு மிஸ் வந்திருக்காங்க என்று சொன்னான். உடனே யாரென்று பார்த்தால் அது நிலா! பழைய பள்ளியில் இவரோடு வேலை பார்த்த ஒரு ஆசிரியை. ஒரு காலத்தில் அவர் வாழ்வை வெள்ளையடித்தவள், அவரது இதயத்தைக் கொள்ளையடித்தவள். நிலா, என்ன சொன்னாலும் நான் தலையாட்டினேங்க.

போகிப் பண்டிகையில் பழையதை எரிப்பதுபோல பழைய நினைவுகளை எரிக்க முடிந்தால் எத்தனை அழகாய் இருக்கும்!

பள்ளிகளில் மாணவர்களுக்கு மட்டும்தான் காதல் வருமா? ஆசிரியருக்கு வராதா? நான் உங்களைக் காதலிக்கிறேன்னு சொன்னா. நான் தலையாட்டினேன்.

மாணவர்களுக்கு tution எடுக்கக்கூடாது என்று சொன்னாள். தலையாட்டினேன்.

மாணவர்களை அடிக்கக்கூடாது என்று சொன்னாள். தலையாட்டினேன்.

வார விடுமுறைகளில் அவளுடனே இருக்கச் சொன்னாள். தலையாட்டினேன்.

என்னை விட்டுப் போனால், இறந்துவிடுவேன் என்று சொன்னாள். தலையாட்டினேன்.

எங்கள் வீட்டில் நம் காதலை ஏற்றுக்கொள்ளவில்லை. பிரிந்துவிடலாம் என்று சொன்னாள். தலையாட்டினேன்.

எனக்காகக் காத்திருக்காதே. நீ வேறு யாரையாவது திருமணம் செய்து கொள் என்றாள். தலையாட்டினேன்.

இன்று அவள் திருமணப் பத்திரிகையை நீட்டி, நீங்க கண்டிப்பாய் உன் மனைவியுடன் வரவேண்டும் என்றாள். தலையாட்டினேன்.

திருமணத்திற்கு வந்ததற்கு ரொம்ப நன்றி என்றாள் ஜென்சி. தலையாட்டினேன்.

என் மனைவி வித்யா... அவங்க ரெண்டு பேரையும் பார்த்து நல்ல பொருத்தம்தான என்றாள். தலையாட்டினேன்.

100 ரூபா மொய் வச்சா போதும். உங்க *friend*னு அள்ளி கொடுக்காத என்றாள். தலையாட்டினேன்.

அவங்கள் கட்டியிருக்கிற மாதிரி எனக்கொரு புடவை வேணும் என்றாள். தலையாட்டினேன்.

இங்கேயே சாப்பிட்டுப் போயிருவோம். வீட்ல போய்ச் சமைக்கமுடியாது என்றாள். தலையாட்டினேன்.

காதலியிடமும் மனைவியிடமும் தலையசைக்கும்போது காதல் நம்மீது கையசைக்குது சொல்வாங்கல்ல. காதலியிடமும் மனைவியிடமும் தோற்கும்போதே காதலில் ஜெயிக்கிறோம். இந்த அடக்குமுறையும் கூட ஒருவகையான காதலின் வெளிப்பாடு தானே.

★★★

# பெற்றோரிடம் காதலை எப்படிச் சொல்வது?

**காதலர்கள் பரிமாறும்போது பரிசுப்பொருட்கள் பரம்பொருளாகிறது.**
**கல்லூரியை விட்டுக் காதலர்கள் பிரிந்தாலும்,**
**கல்லூரி வாசலிலே காத்துக் கொண்டிருக்கிறது காதல்!**

அத்தகைய காதல் கொண்டு உங்களை வரவேற்கிறேன்.

தோழி கேட்டாங்க... நண்பா நான் என்னோடு படிக்கிற வகுப்புத் தோழனைத்தான் காதலிக்கிறேன். எங்க வீட்ல என்னுடைய காதலைச் சொல்ல பயமா இருக்கு. சொன்னா வீட்ல ஏத்துப்பாங்களான்னு தெரியல. காதலை எப்படிப் பெற்றோரிடம் பக்குவமாகச் சொல்வதுனு கேட்டிருந்தாங்க.

**ஒரு உண்மையைச் சொல்லட்டுமாங்க.**
**பூமி யாருகிட்டையும் சொல்லிவிட்டுச் சுத்துவதில்லை!**
**ஆதவன் யாருகிட்டையும் முகவரி கேட்டு உதிப்பதில்லையே!**
**காற்று யாருக்காகவும் காத்திருப்பதில்லையல்லவா?**
**அதுபோலத்தான் காதலும்! எதற்காகவும் காத்திருப்பதில்லை...**

அர்த்தமற்ற சிரிப்பும், கண்களின் துடிப்பும்,

கைப்பேசியின் அழைப்பும், இந்நேரம் உங்கள் காதலை உங்கள் வீட்டில் சொல்லியிருக்கும்! காதல் இல்லாத நகரம் – காற்று இல்லாத நரகமாகிவிடும். ஆனால், காற்று இல்லாத இடத்திலும் காதல் மெதுவாக நுழையும்.

பெத்தெடுத்த குழந்தைகளைப் பருவ வயதில் காதல் தத்தெடுத்துக் கொள்கிறது. தான் தத்தெடுத்த விஷயத்தைப் பெத்தவங்களுக்கு மெத்தனமாய் சொல்கிறது காதல்!

ஏன் தெரியுமா? பெற்றவர்களும் காதலின் பிள்ளைகள்தானே!

பெற்றோருக்குப் பயந்து காதலை மறைப்பது... நெருப்பை நெய்யால் அணைப்பது போலன்றாருங்க வள்ளுவர்!

வளர்மதி என்கிற சிறுகதை எழுத்தாளர் ஒரு இலக்கிய கூட்டத்தில் சொன்ன விஷயம்..!

நம் ஊர்ல சேராத காதலைப் பற்றியே பேசுகிறோம்! பெற்றோர்கள் காதலர்களைப் பிரித்திருக்கலாம். அவர்களுக்குள் இருக்கும் காதலைப் பிரிக்கவே முடியாது. காதலைப் பிரிக்கவே முடியாதபோது அதெப்படிக் காதல் தோல்வியாகும்.

நான் +2 படிக்கறப்ப என் வகுப்பில் படித்த பிரபுவைக் காதலித்தேன். எங்கள் வீட்டில பெரிய சண்டை வந்து என்னை வெளியூருக்கு அனுப்பிட்டாங்க. அவனையும் மிரட்டினாங்க. எங்களுடைய காதலைப் பிரிச்சிடலாம்னு எங்க வீட்ல எத்தனையோ முயற்சி செஞ்சாங்க. நாங்க இருவரும் அதன் பின்பு வருடத்துக்கு ஒரே ஒருமுறை மட்டும் சந்தித்துக் கொள்வோம். எங்களுடைய கண்கள் மட்டும் சந்திச்சிக்கும். ஆனா, ரெண்டு பேரும் எதுவுமே பேச மாட்டோம்.

வைராக்கியத்தை மட்டுமே வளர்த்துக் கொண்டோம். 7 வருஷம் கழிச்சு என் வீட்டில் மாப்பிள்ளை பார்க்கும்போது, நான் இன்னும் பிரபுவைத்தான் காதலிக்கிறேன்னு சொன்னேன். இதைக் கேட்ட எங்க வீட்டாருக்கு அதிர்ச்சியைத் தாங்கிக்கவே முடியவில்லை. இன்னுமா அந்தப் பையனைக் காதலிக்கிறேன்னு கேட்டாங்க. அதுக்கு இன்னும் 7 வருஷமென்ன 70 வருஷமானாலும் ஏன் 7,000 வருஷமானாலும் நான் அவனைத்தான் காதலிப்பேன்னு உறுதியாய்ச் சொன்னேன்.

ஒரு அகண்ட வானத்தின் முன் அடங்கிப் போவது போல காதலின் காட்டுத் தீயில் கரைந்து போயினர் என் வீட்டோர். ஏழு வருடங்கள் நாங்கள் பேசாத வார்த்தைகளைத் திருமணமான 20 வருடங்களில் பேசிப் பேசித் தீர்க்கிறோம்.

தகுதியான கருவில் காதல் ஜனிக்கின்றது!
உறுதியான மனதில் காதல் ஜெயிக்கின்றது!

உறுதியான மனதோடு இருங்க. உங்க காதலும் ஒரு நாள் ஜெயிக்கும்.

★ ★ ★

## காதலியிடம் பொய் சொல்லலாமா?

தங்கத்தின் மதிப்பு இலண்டனிலும்
வைரத்தின் மதிப்பு நெதர்லாந்திலும் நிர்ணயிக்கப்படுவதாய் சொல்வார்கள்.
ஆனால், இரண்டின் மதிப்பும் நிர்ணயிக்கப்படுவது காதலில் மட்டும்தாங்க!

என்கிறார் நெல்லை ஜெயந்தா.
அத்தகைய காதலைக் கொண்டு உங்களை வரவேற்கிறேன்.

ஒரு தோழி கேட்டிருந்தாங்க. நண்பா, என்னுடைய காதலன் எப்போதுமே அதிகமா பொய்யா சொல்றான். அவன் உண்மையைச் சொன்னால்கூட பொய்யாகவே தோணுது. காதலில் உண்மையாக இருக்கவேண்டாமா? காதலிப்பவர்களிடம் பொய் சொல்லலாமா? இது ஏற்புடையதான்னு கேட்டிருந்தாங்க.

ஒரு உண்மையைச் சொல்லட்டுமா. காதலில் சொல்லப்படுகின்ற இந்தப் பொய்கள்தானே கவிதையாய் உருமாறுகிறது.

தபு சங்கர் சொல்வாரு...

"அடிக்கின்ற கைகள் எல்லாம் அணைக்குமா தெரியாது
நீ அடிப்பதே அணைப்பதுபோல் இருக்கிறது"

இது பொய்தானே. இதை விடுங்க,

"ஒரு வண்ணத்துப் பூச்சி உன்னைக் காட்டி என்னிடம் கேட்கிறது
ஏன் இந்தப் பூ நகர்ந்துகொண்டே இருக்கிறது."

இதுவுமொரு பொய்தானே.

"உனக்கு திருஷ்டி சுத்திய பூசணிக்கும் நன்றி சொன்னது
மூன்று முறை உன் முகத்தைக் காட்டியதற்காக!"

என்கிற அழகான பொய்யை எப்படிப் புரிந்துகொள்வது?

வைரமுத்து ஐயா சொல்வாரு...

**"ஒரு பொய்யாவது சொல் கண்ணே...**
**உன் காதலன் நான்தான் என்று,**
**அந்தச் சொல்லில் உயிர் வாழ்வேன்"**
**"மெய்யாக நீ என்னை விரும்பாத போதும்**
**பொய்யொன்று சொல் என் ஜீவன் வாழும்."**

வள்ளுவர் இதைத்தானேங்க சொல்றாரு...

**"பொய்மையும் வாய்மை யிடத்துப் புறைதீர்த்த**
**நன்மை பயக்கு மெனின்."**

பொய்யினால் நன்மை வருமா, காதலியைத் திருப்திப்படுத்துமா... அதற்காகப் பொய்கூடச் சொல்லிக்கொள் என்றாருங்க.

சமீபத்துல புலனத்துல இந்தக் கதையைப் படிச்சேங்க...

அதுவொரு அழகான கிராமம். அங்கவொரு பொண்ணு வாழுறாங்க. அவளின் கணவன் இராணுவத்தில் வேலை செய்றான். அவன் மனைவிக்குத் தீடீர்னு தோள் சருமப் புற்றுநோய் வருது. அவள் அழகெல்லாம் சிதைந்து விகாரமாகிறாள். அந்நேரம் பார்த்து அவளுக்கொரு தகவல் வருகிறது. அவள் கணவன் இராணுவத்திலிருந்து திரும்பி வருகிறான்னு. எங்கே தன் விகாரமான முகத்தைப் பார்த்துவிட்டு, தன்னை ஏற்றுக்கொள்வானோ, மாட்டானோ என்று தயங்குகிறாள்.

அவள் கணவனோ போரில் அடிபட்டு இரண்டு கண்ணையும் இழந்ததுனாலதான் இராணுவத்திலிருந்து திரும்பினார்னு தெரிய வருது! இவளுக்குத் தைரியம் பிறக்கிறது. இவள் அழகில்லா முகத்தை அவன் பார்க்க முடியாது என்பதே அவளுக்குப் போதுமான ஆறுதலாக வருகிறது. பார்வையற்ற தன் கணவனுக்குக் கண்ணாய் இருந்து எல்லாப் பணியையும் செய்தாள்.

மூன்று ஆண்டுகள் மகிழ்ச்சியான வாழ்வுக்குப் பிறகு அப்பெண்ணிற்கு நோய் முற்றி இறந்து போகிறாள். கடைசி காரியங்கள் முடித்து அவள் கணவன் வீடு திரும்புகிறான். ஊரார் அவனைப் பரிதாபமாய் பார்த்து இனி எப்படி இவ்வுலகில் பார்வையில்லாமல் இருக்கப் போகிறாயோ என அக்கறையோடு கேட்டனர்... அவன் சொன்னான்.

எனக்குக் கண் நன்றாகத் தெரியும். என் மனைவிக்குச் சருமப் புற்று நோய் வந்ததை அறிந்தே என் இராணுவ வேலையை ராஜினாமா செய்து விட்டு அவளுடைய கடைசிக் காலத்தில் அவளோடு இருக்க

வேண்டுமென நினைத்து வந்தேன். எனக்குக் கண் தெரிந்தால், தனக்குரிய குறையை நினைத்து அவள் தயக்கமடைவாளே என்று தெரிந்து இத்தனை நாள் பார்வையில்லாதவன் போல் நடித்தேன்! ஆனால் என்றைக்கு அவளை இழந்தேனோ அன்றுதான் உண்மையிலே பார்வை இல்லாதவனாகிறேன்னு சொன்னாரு.

காதலனையோ, காதலியையோ திருப்திப்படுத்த சொல்லக்கூடிய பொய்கள் காதலில் ஏற்புடையதாகவே இருக்கின்றன.

★ ★ ★

# காதலர்கள் பிரியலாம், நினைவுகள் பிரியுமா?

**காதல் சிலருக்கு இதயத்தில் இருக்கிறது!**
**காதல் சிலருக்கு இதயத்தை இறுக்குகிறது!**
**பறந்து சென்ற பின்பும், கைகளில் ஒட்டியிருக்கும்**
**வண்ணத்துப்பூச்சியின் வண்ணம் போல,**
**காதலர்களிடம் காதல் ஒட்டிக் கொண்டே இருக்கிறது.**

அத்தகைய காதல் கொண்டு உங்களை வரவேற்கிறேன்.

ஒரு நண்பர் கேட்டிருந்தாரு, நானும் அவளும் பிரிஞ்சு 5 வருஷமாச்சு. சமீபத்துல ஒரு திருமணத்துல சந்திச்சோம். அவளை நேரில் பாத்ததும் அவளிடம் என்ன பேசுறதுன்னே தெரியல. காதலர்கள் பிரிந்தாலும் அந்தக் காதலின் நினைவுகள் பிரியறதே இல்லையே நண்பானு கேட்டிருந்தாரு.

ஒரு உண்மையைச் சொல்லட்டுமாங்க. இந்த உலகத்துல காதலர்கள் மட்டுந்தாங்க பிரிய முடியும். காதல் என்னைக்குமே பிரியவே முடியாதில்ல.

இந்த ஜென்மத்தில் பிரிந்து அடுத்த ஜென்மத்தில் சேர்ந்த அமரக் காதல் கதைகள் பற்றியெல்லாம் நம்ம கேள்விப்பட்டிருக்கோமில்ல.

அதுனாலதான வைரமுத்து ஐயா சொன்னாரு...

**“நான் இன்னொரு கருவில் பிறந்து வந்தேனும்**
**உன்னை மீண்டும் காதலிப்பேன்”**னு சொல்வாரில்ல.

அந்தப் பெண் அப்போதான் முதல் முதலாப் பாக்குறாங்க. பிரிந்த காதலர்கள் சந்திக்கிறாங்க. போன பிறவியில் பிரிந்த காதலர்கள் இந்தப் பிறவியில் சந்திக்கும் காட்சியைக் கண்ணதாசன் விவரிக்கிறாரு.

**“பார்த்த ஞாபகம் இல்லையோ**
**பருவ நாடகம் தொல்லையோ**
**வாழ்ந்த காலங்கள் கொஞ்சமோ**
**மறந்ததே இந்த நெஞ்சமோ”**

ஏப்பா, நாம வாழ்ந்தது உனக்கு மறந்திருச்சோ. ஒருவேளை உனக்கு மறந்துருச்சின்னா,

**“அந்த நிலவைக் கேள், அது சொல்லும்**
**இந்த இரவைக் கேள், அது சொல்லும்**
**உந்தன் மனதைக் கேள், அது சொல்லும்**
**நாம் மறுபடி பிறந்ததைச் சொல்லும்”**

எனச் சொல்லிப் போவாருங்க.

*Vijay Milton* ‘கொலுசுகள் பேசக்கூடும்’ என்கிற புத்தகத்துல சொல்வாரு... நினைவுகள் பற்றி பதிவு வரும்... பிரிந்த தன் காதலியை மீண்டும் சந்திக்கிறார். அவங்க கண்கள் மட்டும் சந்திக்குது. வழிமுட்டி வத்த கண்ணீரை அடக்கி ஒரு 5 கேள்விகள் கேட்கிறார் காதலன்,

1) தொலைபேசியில் நான் காதலைச் சொன்னபோது சுற்றி எல்லோரும் இருக்க நீ என்ன சொல்வதென்று தெரியாமல் *Thanks* என்று சொல்லி உனக்குள் வெட்கப்பட்டாயே, நினைவிருக்கிறதா?
2) எல்லோரும் சினிமா பார்க்கையில் நாம் ஒருவரை ஒருவர் பார்த்துக்கொண்டோமே நினைவிருக்கிறதா?
3) உன் அக்கா கல்யாணத்தில் அடுத்த கல்யாணம் இவளுக்குத்தானே எனக் கேட்டபோது என்னைக் கள்ளத்தனமாய் பார்த்தாயே நினைவிருக்கிறதா?
4) நீ ஊருக்குக் கிளம்புகையில் யாருக்கும் தெரியாமல் என் கைக்குட்டையைச் சொருகிக் கொண்டாயே நினைவிருக்கிறதா?
5) அதே தொலைபேசியில் எங்க வீட்ல சம்மதிக்கல. நாம பிரிஞ்சிடலாம்னு சொன்னபோது என்ன சொல்வதென்று தெரியாமல் அழுதுகொண்டே, *thanks* என்று சொன்னேனே நினைவிருக்கிறதா?

**விடிந்த பின்பும் தெரியும்**
**நிலவு போல**
**மழை முடிந்த பின்பும் விழும்**
**பனியைப் போல**
**அடித்து நின்ற பின்னரும் கேட்கும்**
**மணியோசை போல**
**படித்து முடித்த பின்பும் மனதில்**
**ரீங்காரம் செய்யும் கவிதை போல**

**போர்வைக்குள் சுருண்டாலும் காதுக்குள் உணரும்**
**குளிரைப் போல**
**கண்ணை மூடிக் கொண்டாலும் கண்ணுக்குள் ஏறிடும்**
**பச்சை சூரியன் போல**

காதல் கடந்து வந்தாலும், காதலின் நினைவுகள் இருந்துகொண்டேதானே இருக்கிறது!

அதனால்தான்டே கரிசல்காரி என்கிற கவிஞர் சொன்னாரு...

"பூமிக்குச் சென்றுவிட்ட *Armstrong* நீ...

நினைவுகளோடு அங்கேயே நின்ற நிலா நான்..."

காதலில் மட்டுமே மலரும் / மணமும் வாடிய பின்பும் வாசம் வீசுகிறது!

★★★

# மனைவியின் காதல் பெரியதா?
# மகளின் காதல் பெரியதா?

**ஆதி நெருப்பின் கதகதப்பு காதல்!**
**உலகின் முதல் உன்மத்தம் காதல்!**
**வயதையும் மனதையும் போட்டு விழுங்கும் புதிர்பூதம் காதல்!**
**Chemistry-யின் History யாய் இருப்பது இந்தக் காதல்!**

அத்தகைய காதல் கொண்டு உங்களை வரவேற்கிறேன்.

ஒரு தோழி கேட்டிருந்தாங்க... நண்பா, என் கணவர் எனக்குத் தர முக்கியத்துவத்தைவிட என் மகளுக்கே அதிக முக்கியத்துவம் தருகிறார். அவள் மீதே அதிக அக்கறையோட இருக்கிறார்.இதுவே அவர்மீது எனக்குக் கோவமாக மாறுகிறது. நீங்க சொல்லுங்க. மனைவிமீது கொண்ட காதல் பெரியதா? மகள்மீது கொண்ட அன்பு பெரியதான்னு கேட்டிருந்தாங்க.

*Alfred* என்ற உளவியல் நிபுணர் என்ன சொல்றார் தெரியுமா? ஒவ்வொரு ஆணும் தன் மனைவியிடத்தில் ஒரு குழந்தைத்தனத்தை எதிர்பார்க்கிறான்! அது கிடைக்காத போது மனைவியின் உருவச் சாயலில் குழந்தையாகவே கிடைக்கும் மகளின்மீது அவனது அன்பு 100 மடங்காக பெருகுகிறதுன்னு சொல்றாருங்க.

எந்த ஒரு ஆண், மனைவியை அதிகம் காதலிக்கிறானோ அவனால் மட்டுமே மகளை அதிகம் நேசிக்க முடியும்னு உளவியல் நிபுணர் சொல்றாருங்க.

அதனால்தானே பாரதி செல்லம்மாவைக் காதலித்தார்... ஆனால் தன் மகள் கண்ணம்மாவைத்தானே பாடினார்.

**“ஓடி வருகையிலே உள்ளம் குளிருதடி**
**பாடித் திரிதல் கண்டால், உன்னைப் போய்**
**ஆவி தழுவுதடி**
**உச்சிதனை முகர்ந்தால் கர்வம்**

ஓங்கி வளருதடி
மெச்சி உனை ஊரார் புகழ்ந்தால்
என் மேனி சிலிர்க்குதடி
கண்ணத்தில் முத்தமிட்டால் உள்ளம்தான்
கள்வெறி கொள்ளுதடி
உன் கண்ணில் நீர் வழிந்தால் என் நெஞ்சில்
உதிரம் கொட்டுதடி"னு பாரதி தன் மகளின் மீதான பாசத்தை வெளிப்படுத்தியிருக்கிறாரில்ல.

நா.முத்துகுமார் இன்னும் ஒருபடி மேலே போய் எழுதுவாருங்க...
"மகள்களைப் பெற்ற அப்பாக்களுக்கு மட்டுமே தெரியும்.
முத்தம் காமத்தில் சேர்ந்ததில்லை என்று
ஆனந்த யாழை மீட்டுகிறாய்,
நெஞ்சில் வண்ணம் தீட்டுகிறாள்"னு சொல்லியிருப்பாரு.

இந்த மகள்களை யார் ஒருவன் நேசிக்கிறானோ, அவன் தன் மனைவியின் மீதும் அதீத நேசிப்புடன் இருப்பாங்களாம்.

ஒரு கூட்டுக் குடும்பம்! அப்போதான் அவங்க ரெண்டு பேருக்கும் கல்யாணம் ஆகியிருக்கு. இருவரும் தனியறையில விளையாடிட்டு இருக்காங்க. என்ன விளையாட்டுனா யார் வந்து கதவைத் தட்டினாலும் திறக்கக் கூடாதுனு... முதல்ல பையனோட அம்மா கதவைத் தட்டுறாங்க. அந்தப் பையன் அதை ஜன்னல் வழியாகப் பார்த்துவிட்டுக் கதவைத் திறக்கவில்லை. அடுத்து பையனோட அப்பா, அதற்கடுத்து பையனோட தங்கை இப்படி ஒவ்வொருத்தரா கதவைத் தட்டுறாங்க. இவங்க கதவைத் திறக்கவே இல்லை.

கொஞ்ச நேரம் கழிச்சு மீண்டும் கதவு தட்டும் சத்தம் கேட்குது. இப்போ, அந்தப் பெண் ஜன்னல் வழியா பாக்குறா. தட்டியவர் பெண்ணோட அப்பா. "தங்கம்... நான்தான் நிக்கிறேன். அப்பா வந்திருக்கேன்.கதவைத் தெறம்மா"னு ஒரே அழைப்புதான். அந்தப் பெண்ணிற்குக் கண்ணீர் முட்டிக் கொண்டு வருவதை அடக்கிக்கொண்டு ஓடிப்போய் கதவைத் திறந்துப்பா... இதை எல்லாத்தையும் கண்டு அந்தப் பையன் சிரிச்சிட்டே இருந்தான்.

இரண்டு நாள் கழித்து என்ன குழந்தை வேண்டும்னு இரண்டு பேரும் மொட்டை மாடியில பேசிட்டு இருந்தாங்க. கணவன் கொஞ்சம்கூட யோசிக்காமல் சொன்னான். கண்டிப்பாய் எனக்குப் பெண்குழந்தைதான் வேணும்னு சொன்னான். ஏன்னு மனைவி கேட்டாள். கடைசி காலத்தில் மகள்தானே நமக்குக் கதவைத் திறப்பான்னு சொன்னதா அந்தக் கதை வரும்...!

மகள்களைப் பெற்ற தந்தைகள் ஆசீர்வதிக்கப்பட்டவர்கள்!

அத்தகைய தந்தைகளைக் கணவனாய் பெற்ற மனைவிகள் இன்னும் ஆசீர்வதிக்கப்பட்டவர்கள்!

இன்னொரு முறை அவர் உங்கள் மகள் மீது கவனத்தைச் செலுத்தினாலோ, உங்கள் மகள் மீது அதிக அக்கறை செலுத்தினாலோ, உங்கள் மகள் மீது முக்கியத்துவத்தைச் செலுத்தினாலோ அவரோடு நீங்கள் அதிகம் காதலைச் செலுத்துங்கள்.

★ ★ ★

# திருமணம்தான் காதலின் வெற்றியா?

**காதல் ஒரு தனிக்கட்சி, கொடியேற்று**
**காதல் ஒரு வாக்குறுதி, நிறைவேற்று**
**காதல் ஒரு நந்தவனம், நீர் ஊற்று**
**காதல் ஒரு கைக்குழந்தை, காப்பாற்று!**

தோழி கேட்டாங்க, காதலின் வெற்றி என்பது திருமணம் தானா? எல்லாப் படங்களிலும் திருமணம் முடிந்துவிட்டால், காதலில் வெற்றிப் பெற்றுவிட்டதாகக் காட்டுகிறார்களே. காதலித்த இருவர் திருமணம் செய்து கொண்டால் அது காதலின் வெற்றியா? காதலின் வெற்றி திருமணத்தில் முடிந்துவிடுமான்னு கேட்டிருந்தாங்க.

உண்மையைச் சொல்லப்போனா, காதலின் வெற்றி காதலோடு பயணிப்பதுதானே, எந்தச் சூழ்நிலையிலும் நம்பிக்கையைத் தருவதுதானே காதலின் வெற்றி. கல்யாணத்துல அக்னி எரியும்ல... அதில் கணவன் சத்யம் செய்து ஒரு வாக்குறுதி தருவாராங்க. இந்த அக்னியில் தொடங்கும் என் பயணம், என் உடம்பில் இருந்த அக்னி வெளியேறி (உயிர்) என் உடல் அக்னியோடு (நெருப்பு) சாம்பல் ஆகும் வரை தொடரும்னு சத்தியம் பண்றாராம். அத்தகைய வாங்குறுதிதானே காதல். புயலே அடித்தாலும் நன் உன்னைப் பாதுகாப்பேன் என்கிற வாக்குறுதியைப்போல, எத்தகைய துன்பத்திலும் நான் உன்னோடு இருப்பேன் என்கிற நம்பிக்கையைக் காப்பாற்றுவதுதானே காதல்!

அதனால்தான் வைரமுத்துக் காதலி கேட்பதாய் வரிகள் அமைச்சிருப்பாரு...

**வானில் ஒரு புயல் மழை வந்தால்,**
**அழகே, எனை எங்ஙனம் காப்பாய்?**
**இதற்கு அந்தக் காதலன் சொல்வானாம்...**
**கண்ணே, உனை என் கண்ணில் வைத்து**
**இமைகள் எனும் கதவுகள் அடைப்பேன்.**

**இந்தப் பூமியே தீர்ந்துபோய்விடில்**
**என்னை எங்கு சேர்ப்பாய்?**
**நட்சத்திரங்களைத் தூசிதட்டி நான்**
**நல்ல வீடு செய்வேன்.**
**நட்சத்திரங்களின் சூட்டில் நான்**
**உருகிப்போய்விடில் என் செய்வாய்?**
**உருகிய துளிகளை ஒன்றாக்கி**
**என் உயிர் தந்தே உயிர் தருவேன்!**
**ஹே... ராஜா... இது உண்மைதானா?**
**நீ செல்லும் பாதையில் முள் இருந்தால்,**
**நான் பாய் விரிப்பேன் என்னை.**
**அதற்கு அந்தக் காதலி சொல்றாங்களாம்...**
**நான் நம்புகிறேன் உன்னை!"**

என்று அந்தப் பெண் சொல்லி முடிப்பதாக இருக்கும். அந்த நம்பிக்கையே காதல்.

வள்ளுவர் ஒரு குறளில் இப்படியொரு காட்சி அமைச்சிருப்பாருங்க. சூடான பொருளைச் சாப்பிட்டால், நெஞ்சில் என்னவரைச் சுட்டுடுமேனு நான் சாப்பிடமாட்டேன்னு. இப்படியாக இரு உள்ளமும் உயிரும் இரண்டறக் கலந்திருப்பதுதானே காதல்.

இந்தியாவிலிருந்து வயதானதம்பதியினர் இருவர் அமெரிக்காவில் ஒரு விருந்துக்குப் போறாங்க. அமெரிக்கன் இந்தியரைப் பார்த்துக் கேட்கிறான்.

*Who is she?*

*She is my Wife.*

*For how many years?*

*For the past 40 years.*

*How is it possible?*-னு கேட்டுத் திகைச்சி நிக்கிறாங்க.

இதைக் கேட்டுக் கூட்டமே ஆச்சர்யப்படுகிறது.

இது எப்படிச் சாத்தியம்னு கேக்காதீங்க... அவர் சொல்றாரு. ஒவ்வொரு நாளும், ஒவ்வொரு மணியும் இவள் புதிது புதிதாய் எனக்குத் தெரிகிறாள். தினமும் ஏதேனும் ஒருவகையில் இவள் சுவாரஸ்யமாக இருக்கிறாள்.

அங்கிருந்த பெண்மணி, அவருடைய மனைவியிடம் என்னைக்காவது ஒரு நாள் இவரைப் பிரிந்துவிடலாம்னு தோன்றியிருக்கானு கேக்குறாங்க.

சில சமயம் இவர் செய்யும் அட்டகாசங்களைப் பொறுத்துக் கொள்ள முடியாத போது தோன்றும். ஆனால் நான் போனால்,

யார் இவருக்குச் சீனி போடாத காபி தருவாங்க?

யார் இவருக்கு மாத்திரைகளைச் சரியா தருவாங்க?

யார் இவருக்கு உருளைக்கிழங்கு பொரியலை எண்ணெய் படாது சமைச்சி தருவா?

உடம்பு சரியில்லைனு அழும்போது, யார் இவரை மடிமீது படுக்க வைத்துக் குழந்தை போல பாத்துப்பாங்க?

நான் போயிட்டா இவரைப் பார்த்துக் கொள்ள யார் இருக்காங்க என்று நினைக்கும்போதே இவரை விட்டுப் பிரிய மனமே எழாது! இன்னும் சொல்லப்போனா... எனக்குச் சுமங்கலி என்கிற பட்டமெல்லாம் வேணா... இவரை இவ்வுலகில் இருந்து கரை சேர்த்த பின்னரே நான் இவ்வுலகை விட்டுப் பிரிய வேண்டும் என்பதே என் பிரார்த்தனைன்னு சொல்வேன்.

அங்கிருந்த அத்தனைப் பேரின் கண்களிலும் குளமாகக் கண்ணீர் முட்டி நின்றது!

காதலின் வெற்றி காதலித்துக்கொண்டே இருப்பதுதான். அதில்தானே இவ்வுலகமே இயங்குகிறது.

★★★

# பிரிந்த காதலரின் கடைசி மொழி, மன்னிப்பு!

**அழகான பொருட்களெல்லாம் காதலை நினைவுபடுத்துகின்றன. காதலை நினைவூட்டும் அத்தனைப் பொருட்களும் அழகாகவே இருக்கின்றன.**

- நெல்லை ஜெயந்தா.

அத்தகைய காதலைக் கொண்டு உங்களை வரவேற்கிறேன்.

ஒரு தோழி கேட்டிருந்தாங்க. நண்பா நான் அவன பிரிஞ்சு இரண்டு வருஷமாகுது. நான் ஒரு மன்னிப்புக்கூட கேக்கல. நான் எப்படி என் பழைய காதலிடம் என் மன்னிப்பைச் சொல்லிடணும் இருக்கேன்? இது முறைதானான்னு கேட்டாங்க.

இதைத் தானே கவிஞர் தாமரை எழுதியிருப்பாங்க...

**"ஒருநாள் சிரித்தேன்**
**மறுநாள் வெறுத்தேன்**
**உனை நான் கொல்லாமல் கொன்று புதைத்தேன்**
**மன்னிப்பாயா?"**

மூச்சு நின்றால் மட்டும் மரணமில்லை. சில அன்பாளர்களின் பேச்சு நின்றால்கூட மரணம்தானே!

அதனால்தான்டே நா. முத்துகுமார் சொன்னாரு...

**"கலைந்தாலும் மேகம் அது மீண்டும் மிதக்கும்**
**அதுபோலத்தான் உந்தன் காதல் எனக்கும்**
**நடைபாதை விளக்கா காதல் விடிந்தவுடன் அணைப்பதற்கு**
**நெருப்பாலும் முடியாதம்மா என் நினைவுகளை அழிப்பதற்கு...!"**னு வலியோடு அதைச் சொல்லியிருப்பாரில்ல.

ஜி.பி.சுரேந்தர் நாத் அவருடைய கதையொன்னுல சொல்வாருங்க...

74 வயது இளைஞர், 2ஆவது *heart attack* வருது. தன்னுடைய வாழ்வின் கடைசி நாட்களை எண்ணிக்கொண்டு இருக்கிறார். அவரது நண்பனிடம் தன்னைத் தன் சொந்த கிராமத்திற்கு அழைத்துச் செல்லச்சொல்கிறார். இந்த நிலையில் எதற்கு இந்தப் பயணம் நண்பர் கேட்கிறார். அங்கே தானடா நானும் வித்யாவும் முதலில் சந்தித்ததும், கடைசியாய் சந்தித்ததும். இறப்பதற்கு முன் ஒரே ஒருமுறை அவ்விடத்தைப் பார்க்கணும்னு சொல்றாரு.

40 வருடமாகியும் இன்னுமா அவளை நினைவு வைத்திருக்கிறாய்னு நண்பன் கேட்கிறார். ஆமாடா. கடித்துத் துப்பிய கட்டைவிரலில் அவள் போட்ட மருதாணி கரை அழியவே இல்லைன்னு சொல்றார். இருவரும் காரில் பயணம் பண்றாங்க. ஓர் இடத்தினில் வண்டியை நிறுத்தச் சொல்லி ஆற்றங்கரையில் வேகமாக ஓடுகிறார். அங்கிருக்கக்கூடிய பாறைகளையெல்லாம் தொட்டுத் தொட்டுப் பார்த்துக்கொண்டே போகிறார்.திடீரென்று ஒரு பாறையினைத் தொட்டபடி நின்றுவிடுகிறார். உடன் வந்தவர் கேட்கிறார். ஏன், இங்க என்ன இருக்குன்னு? அதற்கு அவர் சொல்கிறார். இந்தப் பாறையில்தான் நாங்கள் கடைசியாய் அமர்ந்து பேசிக்கொண்டிருந்தோம்.

அந்தப் பாறையில் எழுதப்பட்டிருந்த பல ஆயிரம் பெயர்களினிடையே, இதோ பார் என 40 வருடங்களுக்கு முன்னால் எழுதிய அவர்களின் பெயரைக் காட்டுகிறார். 29/07/1987 என்ற தேதியோடு குறிப்பிட்டிருந்தது.

இந்தப் பாறைகூட அழிஞ்சிடும். நம்ம காதல் அழியாதுனு சொன்னா. ஆனா ஒரு மன்னிப்புக்கூட கேக்கல நண்பானு சொல்லிவிட்டுத் திரும்பப் பார்த்தார். அங்கே இவர்கள் பெயருக்குக் கீழே ஒரு வாசகம் எழுதப்பட்டிருக்கு. இந்தச் சமூகத்தினுடைய சாதியத்தையும், மதத்தையும், பெற்றோரையும் தாண்டி உன்னை என்னால் கரம்பிடிக்க முடியவில்லை பாபு... என்னை மன்னிப்பாயா?ன்னு ஒரு வாசகம் அங்கு எழுதப்பட்டிருக்குங்க.

74 வயது இளைஞன்... 24 மாறி துள்ளிக் குதித்தார். அவ மன்னிப்புக் கேட்டிருக்கா நண்பா. அதை நான் பார்ப்பதற்கு ரெண்டு *heart attack*-ஐ தாண்டி 40 வருடம் எடுத்திருக்கிறது எனக்குன்னு சொல்லிச் சந்தோசப்படுகிறார். பக்கத்திலிருந்த கல்லைக் கொண்டு அந்த வாசகத்துக்குக் கீழ எழுதுறாருங்க. நீ எப்பொழுது மன்னிப்புக் கேட்டாயோ அப்போதே, அடுத்த நொடியே நீ மன்னிக்கப்பட்டாய்னு எழுதுறாருங்க. (2 / Feb /

2021) என்ற தேதியிட்ட இடத்தை இவரைப் போல் வித்யாவும் இக்கல்வெட்டைக் காண வருவாள்னு நம்புகிறாருங்க. காதல் அவளையும் அழைத்து வரும் என்ற நம்பிக்கையோடு வாழ்வின் கடைசி தருணங்களைச் சந்திக்க தயாரானார்னு அக்கதை முடியும்.

மன்னிப்பு கேட்பதும், கிடைப்பதும் காதலை இன்னும் அர்த்தமுள்ளதாக்குகிறது.

★ ★ ★

# காதலின் பரிசுகளைப் பத்திரப்படுத்தலாமா, அப்புறப்படுத்தலா?

**கண்களை விட அழகு, பார்வை!**
**இதழ்களை விட அழகு, புன்னகை!**
**கண்ணங்களை விட அழகு, வெட்கம்!**
**ஆனால், இவை அத்தனையும்விட அழகு, காதல்!**

*அத்தகைய காதல் கொண்டு உங்களை வரவேற்கிறேன்.*

ஒரு தோழி கேட்டிருந்தாங்க. நண்பா, நீங்க முதல் காதலைப் பற்றி அதிகம் சொல்லியிருந்தீங்க. இந்த முதல் காதலில் வருகின்ற பரிசுப் பொருட்களைப் பத்திரப்படுத்தலாமா?காதல் கடிதங்களாகயிருக்கட்டும், நினைவுச் சின்னங்களாக இருக்கட்டும் இந்தப் பரிசுப் பொருட்களாக இருக்கட்டும் இதைப் பத்திரப்படுத்தலாமா? இல்லை அப்புறப்படுத்தலாமான்னு கேட்டிருந்தாங்க.

வாலி ஐயா சொல்வாரு...

**“முதன்முதலில் பார்த்தேன் காதல் வந்தது**
**எனை மறந்து எந்தன் நிழல் போனது**
**நொடிக்கொரு முறை என்னைச் சிரிக்க வைத்தாய்**
**அடிக்கடி உடலினைச் சிலர்க்க வைத்தாய்**
**முதல் காதல் என் நெஞ்சில் என்றும் உயிர் வாழுமே”**ன்னு சொன்னார்ல.

வைரமுத்து ஐயா இன்னுமொரு அடி மேலே போய்,

**“கவிதை வரியின் சுவை அர்த்தம் புரியும் வரை**
**கங்கை நீரின் சுவை கடலில் சேரும் வரை**
**காதல் சுவை ஒன்றுதானே காற்று வீசும் வரை”**ன்னு சொன்னார்ல.

மூச்சுக் காற்று இருக்கும்வரை அந்த முதல் காதலின் சுவை இருந்துகிட்டே இருக்குங்க.

வசந்த் என்ற புதுக்கவிஞர் சொல்லியிருந்தாரு...

நீயும் நானும் இரு சக்கர வாகனத்தில் செல்லும்போது பட்டு விடக்கூடாது என்று பயத்தோடு நீ வருவாய். எப்படி நான் அந்தப் பயத்தைப் பத்திரப்படுத்துவது?

நான் வந்து எழுப்ப வேண்டுமென்பதற்காகத் தூங்குவது போல் நடித்துக் கொண்டிருப்பாயே... அந்த நடிப்பை நான் எப்படிப் பத்திரப்படுத்துவது?

குறுகலான ஒரு மாடிப்படியில், நான் ஏற நேரும்போது நீ இறங்க நேரும்போது நீ வெட்கத்தோடு ஒதுங்கிச் சென்றாயே... அந்த வெட்கத்தை நான் எப்படிப் பத்திரப்படுத்துவது?

நீயும் உன் காதலை என்னிடம் சொல்லவில்லை. நானும் என் காதலை உன்னிடம் சொல்லவில்லை. இருவரும் ஒரு ஆற்றங்கரையில் அமர்ந்திருக்க, நான் உன் மடியில் படுத்திருக்க, நீ என் தலையைக் கோதிக்கொண்டிருக்க, நம்ம காதலிக்கிறோம் வசந்த்னு நீ சொன்ன தருணத்தில, இருக்கலாம்னு நான் சொன்ன அந்தத் தருணத்தையும் அந்தப் பௌர்ணமி இரவையும் நாம் எப்படிப் பத்திரப்படுத்துவது?ன்னு கேட்டிருப்பாருங்க.

காதலில் பத்திரப்படுத்த எத்தனையோ விஷயங்கள் இருக்கும்னு ஜி.ஆர்.சுரேந்திர நாத் சொல்வாருங்க.

34 வருடங்கள் கழித்து அந்த அலுவலகத்திலிருந்து பணி ஓய்வு பெறுகிறாருங்க. அந்த அலுவலகத்தில அவர் பத்திரமாய் பார்த்து வைத்திருந்த பொருட்கள் முக்கியமானது, அவர் முதல் காதல் கடிதங்க. எத்தனை பிரச்சனை வந்தாலும் இந்தக் காதல் கடிதத்தைப் படிக்கும்பொழுது அவரது மனது லேசாக சிறகடித்துப் பறக்கத் தொடங்குகிறது.

இன்னைக்கு இந்தப் பணி ஓய்வு பெற்று, எல்லாப் பொருட்களையும் வீட்டுக்கு எடுத்துச் செல்லும்போது இந்தக் கடிதத்தை எப்படி எடுத்துச் செல்வது என்று மனப்போராட்டம் வருகிறது. 34 வருடங்கள் கழித்து இந்தக் கடிதத்தை வீட்டிற்கு எடுத்துச் சென்றால், வீட்டிலுள்ளவர்கள் பார்த்துவிட்டால் என்ன செய்வது என்ற குழப்பம். ஏதாவது பிரச்சனை வந்துவிடுமோ என்ற முன்னெச்சரிக்கையினால, கடைசியாக ஒரு முடிவுக்கு வருகிறார். அந்தக் கடிதத்தை இங்கேயே கிழிச்சிடலாம் என்கிற முடிவு. இந்தச் சின்னத்தையே அழிச்சிரலாம்னு முடிவு பண்றாரு. 1000 முறைக்கு மேல் படிக்கப்பட்ட அந்தக் காதல் கடிதத்தைக் கிழிப்பதற்கு முன்னால் ஒரே ஒருமுறை வாசித்துவிட வேண்டும் என்ற ஆசையில்

அந்தக் கடிதத்தைப் படிக்கிறாருங்க. அந்தக் கடிதத்தில் இன்னும் ஒரு கனவு உயிர் வாழ்ந்து கொண்டிருக்கிறது. அந்தக் கடிதத்தில் இன்னும் ஒரு ஏக்கம் தவித்துக் கொண்டிருக்கிறது. அந்தக் கடிதத்தில் இன்னும் ஒரு துள்ளல் வாழ்ந்து கொண்டிருக்கிறது. அந்தக் கடிதத்தில் இன்னும் ஒரு குழந்தை தவழ்ந்து கொண்டிருக்கிறது. இந்தக் கடிதத்தையா கிழிக்கணும்னு சொல்லி, என்ன ஆனாலும் பரவாயில்லை. இனி என்னோடு இது இருக்கட்டும்னு இதயத்திற்கு அருகிலுள்ள பாக்கெட்டில் வைத்துப் பத்திரப்படுத்திக் கொள்கிறார்னு கதையை முடிச்சிருப்பாங்க.

முதல் காதலின் நினைவுகளை வெல்வதற்கு ஒரு வழிதான் இருக்கிறது. அதைக் காணாதிருப்பது.

அப்படி அப்பொருளைக் காணாதிருக்க ஒரே ஒரு வழிதான் இருக்கிறது. அது இல்லாமலிருப்பது.

அப்படி இல்லாமலிருக்க ஒரே ஒரு வழிதான் இருக்கிறது. ஆனால் அதைச் சொல்ல, எனக்கு அச்சமாய் இருக்கிறது!

★★★

# மகளின் காதலும், அம்மாவின் நினைவும்

**உதடுகள் பேசிக் கொள்வதும் கண்கள் சந்தித்துக் கொள்வதும் உலகமறியும்.**

**ஆனால், கண்கள் பேசிக் கொள்வதும் உதடுகள் சந்தித்துக் கொள்வதும் காதல் மட்டுமே அறியும்!**

அத்தகைய காதல் கொண்டு உங்களை வரவேற்கிறேன்.

ஒரு தோழி கேட்டிருந்தாங்க. நண்பா, என்னுடைய மகள் ஒருவனைக் காதலிக்கிறேனு சொன்னா. அதுனால அவங்க காதல் மீதெல்லாம் எனக்கு எந்தக் கோபமும் இல்லை. ஆனால், ஒருவேளை அவர்களது காதல் சேரவில்லை என்றால், அதோட வலி எனக்குத்தானே தெரியும்.

இன்னும் என்னால் என்னுடைய பழைய காதலை 30 வருடமாகியும் மறக்க முடியவில்லை! என் மகளுக்கு இதை எப்படிப் புரிய வைப்பது... பெற்றோரின் காதலைப் பிள்ளைகளுக்குச் சொல்லலாமா?

ஒரு ஆராய்ச்சியில் உளவியல் நிபுணர்கள் சொல்றாங்க. ஒரு பெண்ணுக்கு ஆகச் சிறந்த தோழியாக அவருடைய தாயால் இருக்க முடியும்னு. ஒரு பெண் தன்னுடைய காதலின் வலியை எளிதாக யாரிடம் கடத்த முடியும்னு கேட்டா, அது தோழிகிட்ட மட்டுந்தாங்க. அப்படியென்றால், தோழியாக உங்கள் மகள் இருக்கும் பட்சத்தில் உங்கள் வலியைக் கண்டிப்பாய் சொல்லலாமே!

கண்ணதாசன் ஐயா இந்த வலியைப் பதிந்திருப்பார். தன் தோழியிடம் சொல்வது போல,

**“மாலைப்பொழுதின் மயக்கத்திலே நான் கனவு கண்டேன் தோழி...**
**மனதில் இருந்தும் வார்த்தைகள் இல்லை காரணம் ஏன் தோழி...**
**மணமுடித்தவர் போல் அருகினிலே ஓர் வடிவு கண்டேன் தோழி...**
**மங்கை என் கையில் குங்குமம் தந்தார் மாலையிட்டார் தோழி...**

**அவர் மறவேன் மறவேன் என்றார் – உடனே மறந்துவிட்டார் தோழி!**

**கனவில் வந்தவர் யாரெனக் கேட்டேன் கணவர் என்றார் தோழி**

**கணவர் என்றால் அவர் கனவு முடிந்ததும் பிரிந்தது ஏன் தோழி**"னு கேட்டிருப்பாருங்க.

இளமை எல்லாம் வெறும் கனவு மயம். இதில் மறைந்தது சில காலம்

தெளிவும் அறியாது முடிவும் தெரியாது மயங்குது எதிர்காலம்"னார்ல.

ஜி.ஆர்.சுரேந்தர் நாத் ஒரு கதையில சொல்லியிருப்பாரு...

இப்ப ஏம்மா மும்பைலேந்து மெட்ராஸ் போகணும்னு சொல்றனு கேக்குற மகளிடம் எப்படிச் சொல்வது... காலத்தால் அழியாத காதலின் நினைவுச் சின்னங்களைப் பார்ப்பதில் ஒரு மன அமைதியைத் தருகின்றது என்பதை எப்படிச் சொல்வேன்?

கடற்கரை சிலைகளையும், பேருந்து நிறுத்தங்களையும் கச்சேரி சபாக்களும் இவளுடைய காதலை நினைவுபடுத்திக்கொண்டே இருக்கிறது.

இறந்துபோன கணவனாலும், காதோர நரையாலும், பேரக் குழந்தைகள் பிறந்ததாலும் காலத்தாலும் அழிக்க முடியவில்லை என்பதை நான் எப்படிச் சொல்வேன்?

போன வருடம் இவளின் தங்கை ஜேசுதாஸ் கச்சேரிக்கு அழைத்துச் சென்ற போது ஏதேச்சையாக நடந்ததோ, வாழ்வில் தற்காலிகமாகப் பிரிந்து நினைவில் நிரந்தரமாய் தங்கிவிட்ட தன் பழைய காதலன் வாசுவை 30 வருடம் கழித்துச் சந்திக்கிறாள். முன் தலை வழுக்கையும் எட்டிப் பார்க்கும் தொப்பையும் வாசுவின் அடையாளங்களை மறைக்கவில்லை.

ஒரு நாளைக்கு நூறு முறை அழைத்த வாசுவின் பெயரை இப்போது ஒருமுறைகூட அழைக்க முடியவில்லை, வாசு என்றாள்!

30 வருடம் கழித்து மீண்டும் அந்தச் சந்திப்பு நடந்தது. சபாவை விட்டு வெளியே வந்து பரஸ்பர உரைக்குப் பிறகு,

நான் காதலைச் சொல்லியது மார்கழி மாசம்
நம் காதல் பிரிந்தது மார்கழி மாசம்
30 வருடம் கழித்து மீண்டும் சந்திப்பது மார்கழி மாதத்தில்
அதிர்ஷ்டம் இருந்தால், அடுத்த வருடம் சந்திக்கலாம்

என இருவரும் பிரிகின்றனர்.

இந்த வருடம் வாசுவைப் பார்ப்பதற்காகவே சென்னை வந்தவுடன், கச்சேரிக்குக் கிளம்பினாள். தொடர்ந்து 10 நாள் சென்றும் வாசுவைக் காணவில்லை. போன வருடம் வாசுவுடன் கூட வந்த நண்பனை அடையாளம் கண்டாள். வாசுவை வேகமாய் விசாரித்தாள். அந்த நண்பர் மனதில் சிறு நடுக்கத்துடன் கேட்கிறார், உங்களுக்கு விஷயம் தெரியாதா? ஏப்ரல் மாதம் வந்த ஒரு *heart attack*-இல் வாசுவை எங்களால் காப்பாற்ற முடியவில்லை. வாசு இறந்துவிட்டார் என அதிர்ச்சியான செய்தியைத் தெரிவிக்கிறார்.

பொங்கி வந்த அழுகையை அடக்கிக் கொண்டு ஒரு தூணைத் தாங்கிப் பிடித்தபடி நிற்கிறாள். சில நொடிகளுக்குப் பின் தன்னுடைய மகளுக்குத் தொலைபேசியில் அழைக்கிறாள். இனி அடுத்த வருடத்திலிருந்து நான் சென்னைக்குச் செல்ல வேண்டிய அவசியமில்லை என அந்த அழைப்பைத் துண்டித்தாள்னு..! கதை முடியும்.

ஒவ்வொருவருக்கும் ஒரு மார்கழி இருக்கிறது! அந்த ஒவ்வொருமார்கழியிலும் ஒரு காதல் இருக்கிறது. அந்தக் காதலில் ஒரு கண்ணீரோ / கவிதையோ கலந்திருக்கிறது. அந்தக் கவிதையை உங்கள் மகளுக்கு வாசிக்க தெரிந்தால்... உங்கள் மகளின் கவிதையை உங்களுக்கு வாசிக்க தெரிந்தால் கண்டிப்பாய் கவிதையைப் பரிமாறிக் கொள்ளுங்கள்.

★★★

# காதலர்களே! காதல் பேசுகிறது..!

**இதயத்தில் காதல் நுழையும்போது இதயம் விரிகிறது! உலகத்தில் காதல் நுழையும்போது உலகம் சுருங்கிறதுனு சொல்வாங்க!**

அத்தகைய காதல் கொண்டு உங்களை வரவேற்கிறேன்.

ஒரு நண்பர் கேட்டிருந்தாரு. நண்பா, இந்தக் காதலைப் பற்றி அதிகம் பேசுறீங்களே. காதலுக்கு ஒரு உருவம் தந்து அந்தக் காதலோடு பேசிருக்கீங்களான்னு கேட்டிருந்தாங்க. நான் ஒரு உண்மையைச் சொல்லட்டுமா.

நான் சொன்ன அத்தனைக் கவிதைகளுமே அத்தனை கதைகளுமே அத்தனை பாடல் வரிகளுமே அத்தனை விஷயங்களுமே காதல் எனக்குச் சொன்னதுதாங்க. இந்தக் காதல்கிட்ட போய் கேட்டேன்.

பேருந்து சுவர் மறைவில், காதலனுக்குத் தன் பையிலிருந்து நெல்லிக்காய் எடுத்துத் தரும் காதலியின் கைகளில் இருக்கிறேன் நான்.

காலிங் பெல் அடித்ததும் கதவுத் திறந்தவளின் பேரழகில் பிரமிக்கவைக்கும் பிசா பையனின் கண்களில் இருக்கிறேன் நான்.

ஆயிரம் பேர் தன்னைக் காதலித்தாலும் கண்ணாடியில் தன் அழகைப் பார்க்கும் பருவப் பெண்ணின் பருக்களில் இருக்கிறேன் நான்.

நாத்து நடச்சென்ற இடத்தில் தன் பழைய காதலனைப் பார்த்த பின், பாம்பு கடித்ததாய் வீட்டிற்கு வந்து அழுகும் பருவப் பெண்ணின் கண்ணீரில் இருக்கிறேன் நான்.

வார்த்தைகளும் அர்த்தங்களும் தீர்ந்த ஒரு நேரத்தில் மௌனத்தின் ஆழத்தில் இருக்கிறேன் நான்.

இந்தக் காதலைக் கொண்டாடக் கூடியவர்கள் எப்படிப் பட்டவர்கள்னு கேட்டேன்.

காதலர்கள் தேவதைகளும், ராட்சசிகளும் ஒன்று என உணர்ந்தவர்கள்.

வானத்திற்கும் நீலத்திற்கும் வித்தியாசம் அறிந்தவர்கள்.

கனவில் பேசுபவர்கள் மனிதர்கள். கனவுகளோடு பேசுபவர்கள் காதலர்கள்.

காதலர்கள், மொட்டுக்கள் பூவாய் மாறும் தேவ கணத்திற்குச் சொந்தமானவர்கள்.

காதலர்கள், ஒரு கையால் தண்டித்து, மறுகையால் மன்னிக்கும் தேவ ரகசியம் தெரிந்தவர்கள்.

அப்படிப்பட்ட காதலர்களை நீ எப்படி ஆசீர்வதிக்கிறாய்னு கேட்டிருந்தேன். அதற்குக் காதல் சொன்னது.

பருவத்தின் முற்றத்தில் பாண்டியாட்டத்தில் தொடங்கிய காதல், நிலைத்திருக்கட்டும். அவர்களுடைய அன்பு எப்போதும் வாழட்டும் என ஆசீர்வதிக்கிறேன் என்றது.

காதலின் பூட்டு வண்டியிலே தொடங்கிய காதலர்கள் கல்யாணத்தில் முடிக்கும்போது அவர்களின் வம்சம் நிலைக்கட்டும் என ஆசீர்வதிக்கிறேன்.

பத்து பேருக்கு மத்தியில்' சத்தம் போட்டு சண்டையிட்டுக் கொள்ளும் காதலர்களின் திருமணத்தில் மழை வராமல் இருக்கட்டும் என ஆசீர்வதிக்கிறேன்.

கடைசி வார்த்தையையும், கடைசிக் கண்ணீரையும், கடைசி பிரிவையும் கடைசி கடிதத்தையும் கொடுத்துப் பிரிந்த காதலர்கள் தத்தமது துணையோடு மீண்டும் அவர்கள் வாழ்வில் சந்திக்காது இருக்கட்டும் என ஆசீர்வதிக்கிறேன்.

வலியோரும் எளியோரும் காதலின் புள்ளிகளில் கடவுளாகட்டும் என ஆசீர்வதிக்கிறேன்னு காதல் சொன்னது.

அதனால்தான்டே நா.முத்துகுமார் சொன்னாரு...

**“இதயத்தினுள்ளே இமயத்தைப் போலே**
**சுமைகளை வைத்தால் அது காதல்**
**உலகத்திலுள்ள சித்ரவதைக்கெல்லாம்**
**செல்லப்பெயர் வைத்தால் அது காதல்”**னு சொன்னாரு.

எத்தனை கதை சொல்லியிருந்தேங்க. காதல் ஒரு கதை சொல்லுது.

அவள் என்னை மிகவும் நேசித்தாள். நானும் அவனை மிகவும் நேசித்தேன்.நான் அவனை எத்தனையோ முறை அழ

வைத்திருக்கிறேன். எத்தனையோ முறை காயப்படுத்தியிருக்கிறேன். எத்தனையோ முறை விட்டுப் பிரிந்து சென்றிருக்கிறேன். அப்படி நான் எங்கு பிரிந்து சென்றாலும், இந்த உலகத்தினுடைய எந்த மூலையில் இருந்தாலும் அவன் எப்படியாவது என்னைத் தேடிக் கண்டுபிடித்துவிடுவான். அவனைப் பார்த்த நிமிடத்தில் நான் அவனோடு கலந்துவிடுவேன். அவனும் என்னைக் காதலிக்கிறானல்லவா. நானும் அவனைக் காதலிக்கிறேன்னு காதல் சொன்னதுங்க. அப்படிப்பட்ட காதலன் யார் தெரியுமா? காதலை எப்பொழுதும் நேசித்துக் கொண்டிருக்கிற நீங்களும் நானும்தாங்க.

★ ★ ★

## கிராமிய காதல் இன்னும் அழகானது!

திருவிழாக்களில் ஆயிரம் பேர் தேரிழுத்தாலும்
அத்தனைப் பேரையும் இழுக்கிறது காதல்!
காதலில் மட்டும்தான் பூக்களை யாரும் பறிப்பதில்லை
பூக்கள்தான் மனதைப் பறிக்கின்றன்னு சொல்வாங்க.
அத்தகைய காதல் கொண்டு உங்களை வரவேற்கிறேன்.

ஒரு நண்பர் கேட்டிருந்தாரு. நண்பா, ஸிட்டி லைஃப்ல பார்த்துக் கொள்வதற்கும் பேசிக்கொள்வதற்கும், பழகிக்கொள்வதற்கும் நிறைய வாய்ப்புகள் உண்டு. ஆனால், இந்தக் கிராமங்களில் இருக்கக்கூடிய சின்ன வட்டத்தில் ஒருவரையொருவர் பார்த்துக் கொள்ளவே முடியாதே. இந்தக் கிராமங்களின் காதல் எப்படிப்பட்டதுனு கேட்டிருந்தாரு.

உண்மையைச் சொல்லணும்னா, கிராமத்துக் காதல் கிராமத்தைப் போலவே அழகானது. கிராமத்தைப் போலவே அற்புதமானது. கிராமத்தைப் போலவே பசுமையானது. கிராமத்தைப் போலவே உறுதியானது.

காதலன் அப்படியே வரப்புல நடந்து போய்ட்டிருக்கான். காதலி அப்படியே நாத்து நட்டுக்கிட்டிருக்காங்க. அந்தக் காதலி அப்படியே பாக்குறாங்க. காதலன் கம்பீரமா நடந்து போறாரு.

வெள்ளை மணியாரம் வலது கை கடிகாரம்
ஆனைப்புலியெல்லாம் அடக்கி வைக்கும் அதிகாரம்
மெல்ல பார்வையொன்னு வீசிவிட்டான் முன்னாடி
தாங்காத மனசு இப்ப தண்ணீ பட்ட கண்ணாடி
இரவு நேரமாம்.
பட்சி ஒறங்கிருச்சி... பால் தயிரா மாறிடுச்சி
இச்சி மரத்து இலைகூட தூங்கிருச்சி
காசநோய்க்காரியும் கண்ணுறங்கும் வேளையில...

பொதுவாகக் காசநோய் வந்தவங்க தூங்க மாட்டாங்கல்ல.
ஆசைநோய் வந்த மக அரைநிமிசம் தூங்கலையே...
தூங்காத கண்ணுறங்க உபாயம் ஒன்னு உள்ளதய்யா

அழகா நான் தூங்க உம்ம அழுக்கு வேட்டி தாருமய்யானு கேக்கக்கூடிய அந்தக் காதல் இருக்கில்ல. அது அழகானது.

"குறுக்குச் சிறுத்தவளே
என்னைக் குங்குமத்தில் கரைச்சவளே
மஞ்சத் தேச்சிக் குளிக்கையில்
என்னைக் கொஞ்சம் பூசு தாயே"ன்னு காதலன் சொல்றாங்க. அதுக்குக் காதலி சொல்றாளாம்...

"கம்பஞ்சுங்கு நுழைஞ்ச மாதிரியே
கண்ணுக்குள்ள நுழைஞ்சி உருத்துரியே"ன்னு சொல்வதாக வைரமுத்து ஐயா எழுதியிருப்பாருங்க. இந்தக் கம்புல கம்பஞ்சுங்குனு அந்தத் துகள் காத்துல பறக்குங்க. கம்பங்காட்டுக்குள்ள போகும்போது அந்தத் துகள் கண்ணுக்குள்ள விழுந்திருச்சின்னா அதை எடுக்கவே முடியாது. உள்ள இருந்து உருத்திக்கிட்டே இருக்கும். அதுபோல காதலன் உருவம் கண்ணுக்குள்ள இருந்து உருத்திக்கிட்டே இருக்குன்னு சொல்லக்கூடிய அந்தக் காதல் உறுதியானது.

"அந்த நிலாவைத்தான் நான் கையில புடிச்சேன்
என் ராசாத்திக்காக
எங்க எங்க கொஞ்சம் நான் பாக்குறேன்
கண்ண மூடு கொஞ்சம் நான் காட்டுறேன்"னு சொல்லக்கூடிய அந்தக் காதல் விளையாட்டுத்தனமானது.

அந்தக் காதலி அவனை விட்டுப் பிரிஞ்சி போயிட்டா. காலத்தின் கட்டாயம். வேற யாரையோ கல்யாணம் பண்ணிட்டுப் போயிட்டாங்க. அந்தக் காதலனால அதை ஏத்துக்கவே முடியல.

"காரை வீட்டுத் திண்ணையில
கறிக்கு மஞ்சள் அரைக்கையில
மஞ்சள அரைக்குமுன்னே
மனச அரைச்சவளே

கரிசக்காட்டு ஓடையில
கண்டாங்கித் தொவைக்கையில
துணிய நனையவிட்டு
மனசைப் பிழிஞ்சவளே

**தொட்டுத் தொட்டு நானும் வச்சேன்**
**சுட்டு விரல் காயலையே**
**மரிக்கொழுந்து வாங்கி வந்த**
**கையிலின்னும் வாசம் போகலையே**

**மதுரையில வாங்கி வந்த**
**வளைவிகூட ஒடையிலயே**
**மல்லுவேட்டி மத்தியில்**
**மஞ்சக்கரை போகலையே**

**அந்தக் கழுத்துத் தேம்பலையும்**
**காதோர மச்சத்தையும் பாப்பது இனி எப்போ?**
**கொலுசு மணிச்சிரிப்பும்**
**குமரி இளஞ்சிரிப்பும் கேட்பதெப்போ**"னு சொல்லக்கூடிய அந்தக் காதல் ஆழமானது.

தபு சங்கர் ஒரு கதையில சொல்வாரு...

அப்பா அறிவிக்கிறாரு. அவர் நாட்டாமை. என்னுடைய காளையை யார் அடக்குகிறார்களோ அவனுக்குத்தான் என்னோட பொண்ணுனு அறிவிக்கிறாருங்க. அந்தக் கிராமத்துல இருக்கக்கூடிய அத்தனை வீரர்களும் களத்துல இறங்குறாங்க. அத்தனை வீரர்களையும் காளை மாடு புரட்டி எடுக்கிறது. ஒருவரைக்கூட கிட்ட நெருங்கவிடாமல் புரட்டி எடுக்கிறது. ஆனா, அந்தப் பெண்ணை ரொம்ப நேசிக்கக்கூடியவன் அங்க இருக்கான். அந்த இளைஞனுக்குப் பெரிய வீரமெல்லாம் இல்லைங்க. காளை மாட்டை அடக்குவதற்கான உடலெல்லாம் எதுவுமே இல்லைங்க. அவனுக்கு இருக்கக்கூடிய ஒரே சக்தி. காதலின் சக்தி மட்டும்தான். ஆனாலும் கூட அந்தப் பெண் தன்னைக் காதலிக்கிறாளானும் தெரியாதுங்க அவனுக்கு.

ஏதோவொரு சிந்தனையில் அங்கேயே நிக்கிறான். அந்தப் பெண்ணை அப்படியே ஒரு பார்வை பாக்குறான். அந்தப் பெண்ணும் இவனை ஆர்வத்தோடு பார்த்துக்கிட்டே இருக்கிறாள். இவன் களத்துல எறங்குறானானு ஆர்வத்தோடு பார்த்துக்கொண்டே இருக்கிறாள். அந்தப் பார்வையில் அவளும் தன்னைக் காதலிக்கிறாள் என்பதை அவன் உறுதிப்படுத்திக் கொண்டு களத்துல இறங்கி நிக்கிறான். ஒரு நிமிஷம்னு அவள் கையைக் காட்டி, தனது தலையில

இருக்குற ரிப்பனைக் கழட்டிப் பக்கத்துல இருந்த சிறுமியிடம் குடுத்தனுப்புறாங்க. அந்தச் சிறுமி, அந்த ரிப்பனை வாங்கிக்கிட்டு ஓடிவந்து களத்துல நிக்கிற அவங்கிட்ட நீட்டுறாங்க. அந்த ரிப்பனை வாங்கி, அவன் கையில கட்டுறான். அப்படிக் கட்டும்போதே அந்த ரிப்பனிலிருந்து ஒரு வாசம் வருது. களத்துல இறங்கிட்டான். காளை மாடு அவனை நோக்கி வருது. இவன் கைகளின் மூலமாக அந்தக் காளை மாட்டை அடக்க நீட்டுறான். தன்னை வளர்த்தவளின் வாசம் அந்த ரிப்பன் வழியாக வீசுது. அதை அறிஞ்சிக்கிட்டு, காளை மாடு அப்படியே கட்டுப்பட்டு இவன் முன்னால் நிற்கிறது.

ஊர் மக்கள் எல்லாம் இவன்தான் காளை மாட்டை அடக்கிவிட்டான் என நம்பி, இவனுடைய வீரத்தையும் இவனுடைய சக்தியையும் பாராட்டிக்கிட்டே இருக்காங்க. ஆனால் காளை மாட்டை அடக்கியது, இவனுடைய சக்தி அல்ல. காதலின் சக்தி என்பது இவனுக்கும், அவளுக்கும் மட்டும் தெரிந்த ரகசியமாக இருந்துவிடுகிறது. அவர்களுக்கு நல்லபடியாக திருமணம் முடிந்ததுனு அந்தக் கதையில வரும்ங்க.

காதலின் சக்தி காளை மாடைக்கூட தூது போக வைக்குங்க.

பெண்களுக்கென்று பிரத்யேக வாசனை உண்டு. ஆனால், வாசனைக்கென்றே பிரத்யேகமான பெண்களைக் காதலால்தானே படைக்க முடியும்.

அப்படி இந்தக் கிராமத்துக் காதல், சொந்தங்களில் காதல், சுவையான காதல், சோகமான காதல், சொர்க்கமான காதல்னு பல காதல்களைக் கிராமங்கள் தானே விதைத்துக்கொண்டே இருக்கின்றது. அத்தகைய காதல்களெல்லாம் ஆழமானதாகவும் இருக்கின்றது. அழகானதாகவும் இருக்கின்றது.

★★★

# காத்திருந்தால் காதல் வருமா?

**தேவதையைப் போல் உள்ளே நுழைந்து**
**தெய்வத்தைப் போல் வெளியே வருகிறது, காதல்!**
**காதலர்கள் பயணிக்கும்போது வழிப்பயணம்**
**வழிபாட்டுப் பயணமாகிறது!**

அத்தகைய காதல் கொண்டு உங்களை வரவேற்கிறேன்.

ஒரு நண்பர் கேட்டிருந்தாரு. நண்பா, எப்போதுமே காதலின் இயல்பே காத்திருப்புத்தான் சொல்றீங்களே. காத்திருந்தால் காலங்கள் போகுமே தவிர, காதல் வருமான்னு கேட்டிருந்தாருங்க.

தபு சங்கர்தான் சொல்வாரு...

**நான் உன்னை எப்பொழுதோ காதலிக்க ஆரம்பித்தாலும்கூட**
**நீ இப்போதைக்குக் காதலித்துவிடாதே.**

நான் ஒரு நாளைக்கு ஆயிரம் முறை பார்த்துக் கொண்டிருந்தாலும்கூட,

**உனது ஒற்றைப் பார்வைக்காக என்னை ஏங்க விடு.**
**என்னை உனக்குப் பிடிக்கும் என்றாலும்கூட**
**பிடிக்காதது போலவே நடித்துக் கொண்டேயிரு.**
**உனது காதலுக்காக நான் ஏங்க வேண்டும்**
**உனது காதலுக்காக நான் பரிதவிக்க வேண்டும்**
**உனது காதலுக்காக நான் கண்ணீர் சிந்த வேண்டும்**
**பின்பு எனது காதலை ஏற்றுக்கொள்**"னு அந்தக் கவிதையை முடிச்சிருப்பாருங்க.

**"இதுவரை இல்லாத உணர்விது**
**இதயத்தில் உண்டான கனவிது**
**பளித்திடும் அந்நாளைத் தேடிடும்**
**பாடல் கேட்டாயோ"ன்**னு கங்கை அமரன் எழுதியிருந்தாரில்ல. பளித்திடும் நாளைத் தேடிக்கொண்டே இருக்கும்போதுதாங்க அந்தக் காதலின் சுவை இன்னும் கூடிக்கிட்டே இருக்கும்.

தபு சங்கர் ஒரு கதையில சொல்வாரு...

திருமணம் முடிந்த பிறகு நீ எப்பொழுது உன் தாய் வீட்டிற்குப் போவாய்னு நான் எதிர்பார்த்துக்கொண்டே இருந்தேன். பயப்படாதே. உன்னைவிட்டுப் பிரியனும்னு நான் ஆசைப்படல. ஆனால், அப்படிப் பிரிந்தால்தான் நீ எப்போது திரும்பி வருவாய், திரும்பி வருவாய் என்ற ஏக்கமும் அந்தக் காத்திருப்பும் இன்னும் என்னை அழகாக்கிக்கொண்டே இருக்கும். நான் வீதியைப் பார்த்துக் கொண்டே இருப்பேன். நீ எப்பொழுது வருகிறாய்... வருகிறாய் என்று. வீதியைப் பார்க்கக்கூடிய தருணம் அத்தனை அழகானது. நீ எப்பொழுது வருவாய் என்று நான் வீதியையே வெறித்துப் பார்த்துப் பார்த்து, அதனால் அந்தப் பாதை சூடாகி அதில் நடப்பவர்களின் பாதங்களை சுட ஆரம்பித்ததுனு சொல்லியிருப்பாருங்க.

போன ஜென்மத்தில் நான் காத்திருந்து காத்திருந்துதாங்க இந்த ஜென்மத்தில் நான் உன்கரம் பிடித்திருக்கிறேன். இனி ஏழேழு ஜென்மத்திற்கும் உன்கூட இருக்க வேண்டுமென்று காதலிடம் கேட்டேன். காதல் சொன்னது, இந்த ஜென்மக் கணக்கெல்லாம் காதலர்களுக்குக் கிடையவே கிடையாது. எப்பொழுதும் நீங்கள் சேர்ந்தே இருப்பீர்கள்னு காதல் சொன்னதுனு சொல்லியிருப்பாருங்க.

உடனே அந்தப் பெண் கேட்டாளாம். இதெல்லாம் காதல் தருமான்னு கேட்டாளாம். கண்டிப்பாகத் தரும்னு சொன்னானாம். ஏன் தெரியுமா, அதனால்தானே அதன் பெயர் காதல்னு அந்தக் கதையை முடிச்சிருப்பாருங்க.

வைரமுத்து ஐயா இன்னும் ஒருபடி மேலே போய் சொல்வாருங்க...

இந்தக் காத்திருப்பினுடைய வலியை... அந்தக் காதலன் காத்துக் கொண்டே இருக்கிறான். பலநாள் காத்துக்கொண்டே இருக்கிறான். காதலுக்காகக் கவிதையெல்லாம் சொல்லிப் பார்க்கிறான். ஒரு நாள் அந்தக் காதலியைக் கூப்பிட்டுச் சொல்றான். அதையையும் கவிதை வழியாகச் சொல்றானாம்.

**சித்தத்தினால் கொண்ட பித்தத்தினால்**
**எனது ரத்தத்தினால் காதல் யுத்தத்தினால்**
**கவிதை எழுதி வைத்தேன் தோழி**
**இரு கண்ணிருந்தால் வாசித்து போடி**

**கண் பார்த்ததும் கெண்டைக்கால் பார்த்ததும்**
**உன்னை பெண் பார்த்ததும் தள்ளி பின்பார்த்ததும்**
**சுட்டாலும் மறக்காது நெஞ்சம்**
**முற்றும் சொன்னதில்லை தமிழுக்கு பஞ்சம்**

கண்டிப்பதால் என்னை நிந்திப்பதால்
நெஞ்சை தண்டிப்பதால் தலையை துண்டிப்பதால்
தீராது என் காதல் என்பேன்
நீ தீயள்ளி தின்னச்சொல் தின்பேன்

உண்டென்று சொல் இல்லை
நில்லென்று சொல் இல்லை
வாவென்று சொல் இல்லை
போவென்று கொல்

இம்மென்றால் உள்ளதடி சொர்க்கம்
நீயில்லை என்றால் இடுகாடு பக்கம்"னு

அந்தக் கவிதையில அவ்வளவு அழகா சொல்லியிருப்பாருங்க நம்ம வைரமுத்து ஐயா.

ஒரு பெண்ணிற்காக, அதாங்க காதலிக்காகக் காத்திருப்பது காதலை இன்னும் அழகாகவும் கவிதையாகவும் மாத்திடுதுங்க. அதனால்தான் சொல்றேன்...

★★★

## காதலின் வெற்றியே பிறவியின் வெற்றி?

"காதல் கல்லில் தெறிக்கிற உளி!
உயிரை உருக்குகிற வலி!
தேடும்போது அவஸ்தைக்குள்ளாக்கி
நாடும்போது மகிழ்ச்சிக்குள்ளாக்குகிறது"னு சொல்வாங்க.
அத்தகைய காதல் கொண்டு உங்களை வரவேற்கிறேன்.

ஒரு நண்பர் கேட்டிருந்தாரு. நண்பா, நான் வாழ்க்கையில படிச்சி ஒரு பெரிய மருத்துவர் ஆகணுங்கிறதுதான் என்னுடைய இலட்சியம். என்னை ஒரு பெண் காதலிக்கிறேன்னு சொல்றாங்க நண்பா. எனக்கும் அந்தப் பெண்ணைப் பிடிச்சிருக்கு. ஆனா, எங்க நான் காதல்னு போயிட்டேன்னா, என்னுடைய இலட்சியத்தை நான் அடைய முடியாதோ என்ற பயம் இருந்துகிட்டே இருக்கு நண்பா. காதல் என்னைப் போன்ற இளைஞர்களின் இலட்சியங்களுக்குத் தடையா இருக்குமான்னு கேட்டிருந்தாரு.

ஒரு உண்மையைச் சொல்லட்டுமா. 20 வயதில் ஒருவனுக்குக் காதல் வந்துவிட்டால் சொர்க்கத்தின் முகவரின் அவனுக்குக் கிடைத்துவிட்டதுனு அர்த்தம். 60 வயதாகியும் ஒருவனுக்குக் காதல் வரவில்லையென்றால், கிடைத்த முகவரியை அவர் தொலைத்துவிட்டார்னு அர்த்தமாங்க.

ஒரு ஆணின் வெற்றிக்குப் பின்னால் ஒரு பெண் இருப்பதாகவும், ஒரு பெண்ணின் வெற்றிக்குப் பின்னால் ஒரு ஆண் இருப்பதாகவும் காதலிலும், வாழ்க்கையிலும் சொல்வாங்க. காதலிலும், வாழ்க்கையிலும் இதனால்தானே ஜெயிக்கிறோம். இதைத்தானே சிநேகன் சொன்னாரு...

கிழக்கே பார்த்தேன் விடியலாய் இருந்தாய் அன்பு தோழி
என் ஜன்னலின் ஓரம் தென்றலாய் வந்தாய் அன்பு தோழி
தாகம் என்று சொல்கிறேன்
மரக்கன்று ஒன்றைத் தருகிறாய்
பசிக்குது என்று சொல்கிறேன்

**நெல்மணி ஒன்றைத் தருகிறாய்**
**உந்தன் கைவிரல் பிடிக்கையில்**
**புதிதாய் நம்பிக்கை பிறக்குது**
**உந்தன் கூட நடக்கையில்**
**ஒன்பதாம் திசையும் திறக்குது**"னு சிநேகன் சொன்னார்ல. காதலை ஏன் பாடுகிறாய். பிரச்சனையைப் பாடு என்கிறீர்கள். காதலை விடவா இந்த உலகில் பெரிய பிரச்சனை இருக்குன்னு கவிக்கோ கேட்பாருங்க.

**"மலை நனைத்து மரம் நனைத்து**
**மண் நனைத்த மழை**
**நனைக்காமலே சென்றது**
**சில மனங்களை**"னு

கரிசல்காரி என்ற கவிஞர் சொல்வாருங்க.

வாழ்க்கையில வெற்றி பெற்றவர்கள் அத்தனைப் பேருக்குமே சொல்லக்கூடிய விஷயம், வாழ்க்கையில் என்னதான் வெற்றி பெற்றிருந்தாலும்கூட காதலின் வெற்றி வாழ்க்கையின் வெற்றியாகக் கொண்டாடப்படுகிறதுன்னு எத்தனையோ கவிஞர்கள் சொல்லிட்டுப்போறாருங்க.

ஜி.ஆர்.சுரேந்தர் நாத்னு ஒரு எழுத்தாளர்கூட ஒரு கதையில சொல்லியிருப்பாருங்க...

ஜான் வாழ்க்கையில மிகப்பெரிய போராட்டத்தோடு *IAS* படித்து முடித்துவிட்டு 20 வருடங்கள் கழித்துத் தன்னுடைய ஊருக்கு வராருங்க. அந்தக் கிராமத்துல ஈஸ்டர் பண்டிகை ரொம்ப விமர்சையாகக் கொண்டாடப்பட்டிருக்கு. ஜான் தேவாலயத்திற்குச் சென்று மெழுகுவர்த்தியை ஏற்றுகின்றார். எனக்குக் கொஞ்சம் நெருப்புத் தரமுடியுமான்னு ஒரு பெண்ணினுடைய குரல் கேட்குது. மெழுவர்த்தி வெளிச்சத்தில் திரும்பிப் பின்னாலிருந்த பெண்ணின் முகத்தைப் பார்க்கிறார். யாருடைய முகத்தைப் பார்ப்பதற்காக 20 வருடங்களுக்கு முன்னால் ஜான் தவமிருந்தாரோ அந்த முகத்தைத் தற்போது பார்க்கிறார். யாரைப் பார்ப்பதற்கு 20 வருடங்களுக்கு முன்னால் டைப்பிங் இன்ஸ்டிடியூட்டுக்குச் செல்வாரோ அந்தப் பெண்ணை மறுபடியும் பார்க்கிறார். யாரைப் பார்ப்பதற்கு 20 வருடங்களுக்கு முன்னால் தினமும் தேவாலயத்திற்கு வருவாரோ அந்த ஜெஸ்ஸியை ஜான் மீண்டும் பார்க்கிறார். யாரை நினைத்துக் கொண்டு 20 வருடம் திருமணமே செய்து கொள்ளாமல் இருக்கிறாரோ, அந்த ஜெஸ்ஸியை ஜான் மீண்டும் பார்க்கிறார்.

ஜான் மட்டுமே ஜெஸ்ஸியை விரும்பினாரே தவிர, இப்படியொரு மனிதர் இருந்ததாகவோ, இப்படி ஒருவன் தன்னை ரசித்ததாகவோ, 20 வருடங்களாய் தன்னை மட்டுமே நினைத்துக் கொண்டு ஒரு நபர் இருக்கிறார் என்பது போன்ற எந்தவொரு செய்தியும் தெரியாமல் ஜெஸ்ஸி நிகற்பமாய், இப்போது எனக்கு நெருப்புத் தர முடியுமா எனக் கேட்கிறாள்.

நிலவு தன்னை ரசித்தவர்களை எல்லாம் நினைவில் வைத்துக்கொள்ளுமா என்ன? அதுபோலதாங்க, ஜெஸ்ஸிக்கு ஜான் யாரென்றுகூட தெரியாது. அந்த இடத்தில் இருக்க முடியாமல் ஜான் வெளியேறுகிறான். வெளியேறுகிற நேரத்தில், தன்னுடைய அப்பாவின் நண்பர் குறுக்கே வந்து நலம் விசாரிக்கிறாருங்க. அப்போது அவர் கேட்கிறார், அந்தப் பெண்ணை உனக்குத் தெரிகிறதா ஜான். 'இல்லை' என்று பொய் சொல்கிறார். அந்தப் பெண்ணைத்தான் 20 வருடங்களுக்கு முன்னால் உனக்குத் திருமணம் செய்து வைக்க முடிவு செய்து உனக்குத் தொலைபேசியில் தொடர்புகொண்டோம். நான் IAS முடித்துவிட்டுத்தான், என் வாழ்க்கையின் இலட்சியத்தை அடைந்த பிறகுதான் திருமணம் என எண்ணிக் கொண்டிருந்தவருக்கு, அதிலும் தன்னை அந்தப் பெண்ணிற்குத் தெரியாததுதான் தன்னுடைய காதல் தோல்விக்குக் காரணம் என்பதை உணர்கிறார்.

எந்தப் பெண்ணை மனதில் நினைத்துக் கொண்டு எல்லாப் பெண்களையும் நிராகரித்தாரோ, அந்தப் பெண்ணை மனதில் வைத்துக் கொண்டு அந்தப் பெண்ணையே நிராகரித்திருக்கிறோமே என்ற ஒரு பெரிய ஏமாற்றம் ஜானைத் தொற்றிக் கொள்கிறது. வாழ்க்கையில் பல வெற்றிகளைப் பெற்றாலும் வாழ்க்கையில் தோற்றுவிட்ட ஜான், ஜெஸ்ஸியை மறுபடியும் பார்க்கிறான். அவள் மழையில் நனைந்தபடி தேவாலயத்தின் படிக்கட்டுகளில் இறங்கிச் செல்கிறாள். தான் எழுதிய முதல் கவிதை மழையில் நனைந்துவிட்டதேன்னு ஜான் ஏக்கத்தோடு பார்ப்பதாக அந்தக் கதையை முடிச்சிருப்பாங்க.

வாழ்க்கை ஒரு திருவிழா. காதலிக்கத் தெரிந்தவர்கள் அந்தத் திருவிழாவைக் கொண்டாடுகிறார்கள். காதலிக்கத் தெரியாதவர்கள் திருவிழாக் கூட்டத்தில் தொலைந்து போகிறார்கள். நீங்கள் கொண்டாட வேண்டுமா? கூட்டத்தில் தொலையவேண்டுமா? உங்கள் கையில்...

★★★

## காதலிக்க தெரிகிறது... சொல்லத்தான் தெரியவில்லை...

உருவத்தில் மிதக்கும் உயிருக்குள்
பருவத்தில் சுரக்கும் பாலூற்று, காதல்!
கொஞ்சம் ஆசைகளைக் குறுக்காகவும்
நிறைய அவஸ்தைகளை நெடுக்காகவும்
சேர்த்துப் பின்னப்பட்ட வலை, காதல்!

அத்தகைய காதல் கொண்டு உங்களை வரவேற்கிறேன்.

நண்பர் கேட்டிருந்தாரு. அந்தப் பெண்ணை ரொம்ப பிடிச்சிருக்கு நண்பா. அவகிட்ட போய் என் காதலைச் சொல்லணும்னு நெனைக்கிறேன். ஆனால் அந்தக் காதலைச் சொல்ல வார்த்தைக் கெடக்கல நண்பா. எப்படிச் சொல்றதுனே தெரியல நண்பா. அவளைப் பார்த்தாலே தைரியம் வரமாட்டேங்குது நண்பா. நான் எப்படி அவளிடம் காதலைச் சொல்வதுன்னு கேட்டிருந்தாரு.

இது உங்களுக்கு மட்டும் இல்லைங்க. காதலை வெளிப்படுத்தத் துடிக்கும் அத்தனை இளைஞர்களுக்குமே வார்த்தை கிடைக்காதது தானே மிகப்பெரிய சவால்.

அதுனால்தானே வைரமுத்து ஐயா சொன்னாரு...

"ஒரு பட்டாம்பூச்சி
நெஞ்சுக்குள்ளே சுற்றுகின்றதே
அது சுற்றி சுற்றி ஆசை
நெஞ்சை தட்டுகின்றதே
காதல் சொல்ல வந்தேன்
உன்னிடத்திலே வார்த்தை
ஒன்றும் இல்லை அடி
என்னிடத்திலே அட காதல்
இதுதானா"

காதல் வந்த நிலையை அழகா எழுதியிருப்பாருங்க.

**"லட்சம் பல லட்சம் என்று தாய் மொழியில் சொல் இருக்க**
**ஒத்த சொல்லு சிக்கவில்லை எதனாலே**
**பந்தி வச்ச வீட்டுக்காரி பாத்திரத்தை கழுவிட்டு**
**பட்டினியாய் கிடப்பாளே அதுபோலே"**னு வைரமுத்து ஐயா சொல்லியிருப்பாருங்க.

**"சொல்லுக்கும் தெரியாமல்**
**சொல்லத்தான் வந்தேனே**
**சொல்லுக்குள் அர்த்தம் போல**
**சொல்லாமல் நின்றேனே"**னு

அந்தக் காதலன் சொல்றான். அதற்கு அந்தக் காதலி,

**"சொல்லுக்கும் அர்த்ததுக்கும்**
**தூரங்கள் கிடையாது**
**சொல்லாத காதல் எல்லாம்**
**சொர்க்கத்தில் சேராது"** னு காதலி சொன்னதாக அந்தக் கவிதையை வைரமுத்து ஐயா எழுதியிருப்பாருங்க.

சார்லி சாப்ளினைப் பற்றிச் சொல்வாங்க. 19 வயதில் அவர் மேடைக் கலைஞராக இருந்தபோது ஹெட்டிக் என்ற பெண்ணை அப்படிக் காதலிக்கிறார். தானோ ஒரு சாதாரண மேடைக் கலைஞன். தன்னுடைய காதலை எப்படி வெளிப்படுத்துவதுனு சார்லி சாப்ளின் நினைத்து நினைத்துக் கடைசி வரை ஹெட்டியிடம் அவர் காதலைச் சொல்லவே இல்லைங்க. தன்னுடைய பழைய நண்பர்களெல்லாம் சொல்றாங்க. இறுதி வரை அந்த ஹெட்டியை நினைத்துக்கொண்டே இருந்தார்னு சொல்றாங்க. சொல்லிய காதல்கள் மட்டும்தானே சொர்க்கத்தில சேருது.

ஜி.கௌதமன் ஒரு கதையில சொல்வாரு...

அவனும் அவளைக் காதலித்தான். அவளும் அவனைக் காதலித்தாள். ஆனால் சொல்லவே இல்லை.

பக்கத்து வீட்டில் பாண்டி ஆட்டம் ஆடும் காலத்திலிருந்தே ஒருவருக்கொருவர் பிடித்திருந்தது. ஆனால், அவர்கள் ஒருபோதும் சொல்லியதே இல்லை. ஒரே பள்ளியில் படித்து, ஒரே கல்லூரியில் படித்த காலத்திலும்கூட ஒருவரையொருவர் தங்களுடைய காதலை வெளிப்படுத்திக்கொள்ளவில்லை. யாரோ ஒருவன் தன்னுடைய கல்லூரியில் காதல் கடிதம் கொடுத்த தருணத்தில் இவன் சென்று சண்டையிட்ட அந்த வேளையிலும்கூட இவன் தன்னுடைய காதலைச்

சொல்லவேயில்லை. ஏதோவொன்றை என்னிடம் மறைக்கிறாய்னு அந்தப் பெண் வெளிப்படையாகக் கேட்டபொழுதும் இவன் தன்னுடைய காதலைச் சொல்லவேயில்லை. வேலை கிடைத்து, வெளிநாட்டிற்குச் செல்லும்போது ஏர்போர்ட்டில் நின்று அழுது கொண்டிருந்தபோதும் கூட ஒருவருக்கொருவர் உண்டான காதலைச் சொல்லவே இல்லைங்க.

இரண்டு வருடம் ஒருவரோடு ஒருவர் பேசாமல் இருந்து தவித்த அந்தத் தருணத்திலும்கூட ஒருவருக்கொருவர் தங்களோடு வைத்திருந்த காதலைச் சொல்லவேயில்லை. இந்த முறை இந்தியாவிற்குத் திரும்பும்போது கண்டிப்பாக அவளிடம் தனது காதலைச் சொல்லிவிட வேண்டும் என்று எண்ணிக்கொண்டே தனது லேப்டாப்பைத் திறக்குறாருங்க. அவளுடைய திருமணப் பத்திரிகை ஈ-மெயிலிலே எட்டிப் பார்க்கிறது. அவன் தன்னுடைய காதலைச் சொல்லாமலேயே அவள் தனது முடிவைச் சொல்லிவிட்டாள்னு ஜி.கௌதமன் இந்தக் கதையை முடிச்சிருப்பாருங்க.

விதைக்கப்படும் விதைகளே மண்ணை ஜெயிக்கின்றன.
சொல்லப்படும் காதல்களே மனதை ஜெயிக்கின்றன.

உரிய காலத்துல காதலைச் சொல்லிடணும். நீங்களும் உங்களுடைய காதலைப் பக்குவமாக எடுத்துச் சொல்லுங்கள். உங்களவளின் மனதைத் திருடிச் செல்லுங்கள்.

★ ★ ★

# காதலின் உளறல் கவிதை...

**கடலில் ஒளிந்திருக்கும் ஒரு துளியல்ல காதல்!**
**ஒரு துளிக்குள் ஒளிந்திருக்கும் பெருங்கடல்தான் காதல்!**
**சம்மதிக்கும் முன் சித்திரைவதையும்**
**சம்மதித்த பின் நித்திரைவதையும் தருகிறது காதல்!**

அத்தகைய காதல் கொண்டு உங்களை வரவேற்கிறேன்.

ஒரு நண்பர் கேட்டிருந்தாரு. நண்பா, காதலிக்கணும்னா கவிதை எழுதத் தெரியணுமா? கவிதை எழுதத் தெரியாதவங்க காதலிக்கக் கூடாதான்னு கேட்டிருந்தாரு.

ஒரு உண்மையைச் சொல்லட்டுமா? காதல் என்ற இந்த மூன்றெழுத்து கவிதையைக் கொண்டு தான் உலகத்திலிருக்கிற அத்தனை கவிதையுமே படைக்கப்படுது. காதல் என்ற வார்த்தையை உச்சரிக்கும்போதே அது அடுத்தவரது காதுக்குக் கவிதையாகத் தானே உள்ளே நுழையுது.

அதனால்தானே தபு சங்கர் சொன்னாரு...

**"நான் எழுதிய அத்தனை கவிதையும்**
**உன்னைப் பற்றித்தான்.**
**ஆனாலும், ஒரு கவிதைகூட உன்னைப் போலில்லையே**"னு கேட்டிருப்பாருங்க. காதலில் மட்டும்தாங்க நடைமுறைக்குச் சாத்தியமே இல்லாத விஷயம்கூட கவிதையாகவே பார்க்கப்படுது. காதலன் சொல்றாராம்...

**"அன்பே இருவரும் பொடிநடையாக**
**அமெரிக்காவை வலம் வருவோம்**
**கடல்மேல் சிவப்புக் கம்பளம் விரித்து**
**ஐரோப்பாவில் குடிபுகுவோம்**
**நம் காதலை கவிபாடவே**
**ஷேல்லியின் ப்ய்ரோன்னின்**

**கல்லறைத் தூக்கத்தைக் கலைத்திடுவோம்**"னு காதலன் சொல்லிக் கொண்டிருப்பதைக் கேட்டு, அதற்கு அந்தக் காதலி சொல்றாங்க...

**"விண்ணைத்தாண்டி நீ வெளியில் குதிக்கிறாய்**
**உன்னோடு நான் என்னாகுமோ**
**கும்மாளமோ கொண்டாட்டமோ**
**காதல் வெறியில் நீ காற்றைக் கிழிக்கிறாய்**
**பிள்ளை மனம் பித்தானதோ**" கேட்குறாங்க. இது ஒருவகையில பைத்தியம் ஆயிட்டியான்னு கேட்பதுபோல. ஆனால், உண்மையில் அவனுக்குப் பிடித்திருப்பது காதல் பைத்தியம். அதனால்தான், காதலில் மட்டும்தாங்க இந்தப் பைத்தியக்காரத்தனமும் கவிதையாகப் பார்க்கப்படுது.

உடம்பில் இருக்கக்கூடிய வலுவான தசைன்னா அது நாக்குன்னு சொல்வாங்க. ஆனால், இந்தக் காதல்ல மட்டும் நாக்கு வலிமையிழந்து உளறிக் கொட்டிக்கொண்டே இருக்கும். அதனால்தான் உளறல்களெல்லாம் கவிதையாகப் பார்க்கப்படுது.

ஜி.ஆர்.சுரேந்தர நாத்னு ஒரு கதையில கவிதையைப் பற்றி சொல்வாரு...

மையூரி, அவளது கல்லூரியில் நடைபெறும் அத்தனைக் கவிதைப் போட்டிகளிலும் முதல் பரிசு பெறுபவள். மோகன் மையூரியைக் காதலித்தான். தன்னுடைய காதலை எப்படிச் சொல்வதுன்னு மோகனுக்குத் தெரியல. அவளுக்கு ஒரு பரிசுப் பொருள் வாங்கிக் குடுத்துடுன்னு விக்னேஷ் சொல்றான். வேணா, அவளுக்கு ஒரு கவிதைப் புத்தகம் வாங்கிக் குடுன்னு விக்ரம் சொல்றான். அதெல்லாம் வேணாம் நண்பா, நீ உன் கைப்பட ஒரு கவிதையை எழுதி, அதை அவளுக்குப் பரிசாய் கொடேன்னு கணேசன் சொல்றான். இது எல்லாவற்றையும் கேட்டுக்கொண்டு, மோகன் சிந்திச்சிப் பாத்தான். நேராக மையூரிடமே சென்று எனக்காக நீ ஒரு உதவி செய்வாயா? நான் ஒரு பெண்ணைக் காதலிக்கிறேன். அந்தப் பெண்ணை என்னை விட அழகானவள். என்னைவிட திறமையானவள். என்னைவிட ஆற்றல் மிக்கவள். ஆனாலும் கூட அவளை எனக்குப் பிடிச்சிருக்கு. அந்தப் பெண்ணைக் காதலிக்கிறேன். என்னுடைய காதலைச் சொல்வதற்காக, எனக்காக ஒரு கவிதையை எழுதிக் கொடுக்க முடியுமான்னு கேட்டான். அடுத்த அரைமணி நேரத்தில் மையூரி அவனிடம் ஒரு கவிதையைக் கொண்டு வந்து நீட்டுகிறாள்.

"நான்குவிதப் பண்புகளும் இருக்கும்
அவள் நாவசைந்தால் நான்மறைகள் பிறக்கும்
விழி சந்திரனோ சூரியனோ என்று தினம் ஜாலமிட
கண்கள் வியக்கும் உடல் சிலிர்க்கும்

கூரை வீட்டு ஜன்னலிது
குயிலு வந்து கூவுது
என்று நானும் வியந்தேன்

இந்தக் கவிதையை நான் வரைந்தேன்"னு அந்தக் கவிதையில இருக்குங்க. இதைப் பார்த்துட்டு அவன் கேக்குறான். மையூரி, இந்தக் கவிதையைக் கொண்டு போய் கொடுத்தா, அவள் என்னுடைய காதலை ஏத்துப்பாளா? கண்டிப்பாக ஏற்றுக்கொள்வாள். இது நான் எழுதிய கவிதை. நிச்சயம் உன்னுடைய காதலை ஏற்றுக் கொள்வாள்னு அவள் சொல்றாங்க. அது எப்படி மையூரி, சத்தியமாக அவள் என் காதலை ஏற்றுக் கொள்வாளான்னு திரும்பக் கேட்கிறான். அதற்கு மையூரி, இது நான் எழுதிய கவிதை. இதைக் கொண்டு போய் ஒரு கல்லிடம் நீட்டினால்கூட அது உன்னைக் காதலிக்கும்னு சொல்றாங்க. உடனே அதற்கு மோகன் சொல்றான், கல்லெல்லாம் என்னைக் காதலிக்க வேணாம். நீ என்னைக் காதலிச்சா போதும். இது உனக்கான கவிதைதான்னு மோகன் மையூரியிடம் அவள் எழுதிய கவிதையை அவளிடமே நீட்டினான்னு சொல்லி, வார்த்தைகளோடு வந்தவள் வெட்கத்தோடு திரும்பினாள்னு ஜி.ஆர்.சுரேந்தர் நாத் அந்தக் கதை முடிச்சிருப்பாருங்க.

மையூரி காதலைக் கவிதையாக்கினாள். மோகனோ கவிதையைக் காதலாக்கினான்.

இந்தக் காதல்ல மட்டும்தாங்க சிரிப்பு கவிதையாகிறது. அழுகை கவிதையாகிறது. அழுகையில் வரும் கண்ணீர் கவிதையாகிறது. ஏக்கம் கவிதையாகிறது. மோகம் கவிதையாகிறது. காதலில் மட்டும்தான் மௌனம் கவிதையாகிறது. காதலில் காதல்தானே கவிதையாக இருக்கிறது.

★★★

## தொலைதூரக் காதல் தொலையாது...

ஒருவர் கண்களை இன்னொருவர் கண்களால்
கடத்திவிடும் கண்ணாமூச்சி, காதல்!
கரையும் மெழுகில் இருளைக் கடந்துவிடலாம்
என்ற நம்பிக்கையைத் தருவது, இந்தக் காதல்!
அத்தகைய காதல் கொண்டு உங்களை வரவேற்கிறேன்.

ஒரு நண்பர் கேட்டிருந்தாரு. நான் துபாய்க்கு வந்து 7 வருசம் ஆகிருச்சி நண்பா. வருசத்துக்கு ஒரே ஒரு முறைதான் நான் ஊருக்கே போகமுடியும். ஒரு வாரம் விடுமுறையில்தான் என் மனைவியைப் பார்க்க முடியும். ஒரு வார இடைவெளிக்குள் எங்களுடைய காதலைக் கடத்திவிட முடியுமா. என்னைப்போல் தொலைவில் இருப்பவர்களுக்குக் காதல் ஒரு கனவுதானானு கேட்டிருந்தாரு.

ஒரு உண்மையைச் சொல்லட்டுமாங்க. எட்டு மணிநேரம் ஒரு வேலையின் பளுவிலிருந்து தப்பித்துவிட முடியும். ஆனால் எத்தனை மணிநேரம் ஆனாலும் காதலின் நினைவிலிருந்து தப்பிக்கவே முடியல இல்லை.

அதுனாலாதான் வைரமுத்து ஐயா சொன்னாரு.

"சோலையிலும் முட்கள் தோன்றும் நானும் நீயும் நீங்கினால்
பாலையிலும் பூக்கள் பூக்கும் நான் உன் மார்பில் தூங்கினால்
மாதங்களும் வாரம் ஆகும் நானும் நீயும் கூடினால்
வாரங்களும் மாதமாகும் பாதை மாறி ஓடினால்"னு வைரமுத்து ஐயா எழுதியிருப்பாரில்ல.

காதலன் போருக்குப் போயிட்டானாம். காதலனுடைய முகத்தைப் பார்க்காமல் தவிச்சிக்கிட்டே இருக்கா காதலி. யாராவது தன்னுடைய காதலன் முகத்தை அழைத்துக் கொண்டு போய் காட்டிட மாட்டாங்களான்னு ஏக்கத்தோட இருக்கா. அந்த இடத்துல வள்ளுவர் எழுதுறாருங்க...

"காதலர் தூதொடு வந்த கனவினுக்கு
யாதுசெய் வேன்கொல் விருந்து"னு கேட்டிருப்பாருங்க. காதலனின் முகத்தைக் காட்டிய கனவிற்கு நான் என்ன பரிசு கொடுக்கப்போகிறேன். என் காதலன் முகத்தைக் காட்டிய இந்தக் கனவிற்கு நான் என்ன விருந்தோம்பல் செய்யப்போகிறேன்னு காதலி கேட்பதாக வள்ளுவர் அழகாக சொல்லியிருப்பாருங்க.

ஜி.ஆர்.சுரேந்தர் நாத் ஒரு கதையில எழுதியிருப்பாரு...

அவள் எத்தனையோ முறை சொல்லியும் அமெரிக்காவிலிருந்து அவள்திரும்பி வரஅவளின்கணவன் மறுத்துக்கொண்டே இருக்கான். இறுதியாக, காதலின் வலி தாங்க முடியாமல், ஈ-மெயில்ல ஒரு கடிதம் எழுதுறாங்க. இந்த வீட்ல உன்னுடைய புகைப்படம் இருக்கு. ஆனால், உன் புகைப்படத்திற்கு உன்னைப் போல் காதலிக்கத் தெரியவில்லை. நீ வாங்கிக் கொடுத்த புடவைகளிலே உனக்குப் பிடித்த புடவையாக ஒன்றைத் தேர்ந்தெடுத்து அதைக் கட்டிக் கொண்டு எழுப்புகிறேன். உன்னைப் போல் உன் தலையணைக்குக் காதலிக்கத் தெரியவில்லை. சோபாவில் நீ உட்கார்ந்திருப்பதாக எண்ணிக் கொண்டு மணிக்கணக்காய் பேசிக்கொண்டிருக்கிறேன். உன் சட்டைக்குப் பதில் சொல்லத் தெரியவில்லை. உனக்குப் பிடித்த வத்தக் குழம்பும், உனக்குப் பிடித்த வாழைக்காய் கறியும் உனக்கு முதலில் பரிமாறிவிட்டே நான் உண்ணுகிறேன். உன் தட்டிற்குச் சாப்பிடத் தெரியவில்லை. எனக்குப் பிடித்த சமையல், உனக்குப் பிடித்த சமையல் அந்தத் தட்டிற்குப் பிடிக்கவில்லை போல. அது சாப்பிட மறுக்கிறது.

அந்த ஈ-மெயிலை இப்படி முடிச்சிருப்பாங்க.

*Whats app*-இல் வாழ்க்கை நடத்த முடியுமா?

*Concall*-இல் காதலிக்க முடியுமா?

*Europe*-ஐ இங்கு நகர்த்த முடியுமா?

*Email*-இல் என் உயிர் பிரியுமா?-ன்னு கேட்பதாக அந்த ஈமெயில் முடிச்சிருப்பாங்க. இந்த ஈமெயிலைப் பார்த்த கணவன், உடனே அலைபேசியை எடுத்து அவளுக்கு அழைக்கிறான். எனக்குப் பிடித்த வத்தக் குழம்பையும் வாழைக்காய் கறியையும் சமைக்கத் தயாராய் இரு. நீ சமைத்து முடிக்கும் வேளைக்குள் நான் அங்கு இருப்பேன்னு அந்தக் கணவன் சொன்னதாக அந்தக் கதையில வருங்க. ஜி.ஆர்.சுரேந்தர்நாத் அந்தக் கதையை இப்படி முடிச்சிருப்பாருங்க...

இனிமேல் அந்த வீட்டில் புகைப்படமும் காதலிக்கும்.

இனிமேல் அந்த வீட்டில் தலையணையும் எழுந்து நிற்கும்.

இனிமேல் அந்த வீட்டில் சட்டைக்கூட மணிக்கணக்காய் பேசிக்கொண்டிருக்கும்.

இனிமேல் அந்த வீட்டில் வத்தக் குழம்பும் வாழைக்காய் கறியும் தட்டுக்கூட சாப்பிடும்.

இனிமேல் அந்த வீட்டில் எப்போதும் காதல் இருந்துகொண்டே இருக்கும்னு கதையில சொல்லி முடிச்சிருப்பாருங்க.

**சிலர் காலங்களில் வெல்வார்கள்!**
**சிலர் காலங்களை வெல்வார்கள்!**
**காலங்களில் வெல்ல காசு தேவை!**
**காலங்களை வெல்ல காதல் தேவை!**

★★★

## காதல் பரிசு – காதலே பரிசு...

காதலர்கள் சந்திக்கும்போது அக்னி நட்சத்திரம் கூட
அருந்ததி நட்சத்திரமாகிறது...
அரசமரத்தடியில் காதலர்கள் சந்தித்தால்
அதற்கடுத்த மரங்கள் பொறாமைப்படுகிறதுனு சொல்வாங்க.
அத்தகைய காதல் கொண்டு உங்களை வரவேற்கிறேன்.

ஒரு நண்பர் கேட்டிருந்தாரு. நண்பா, என் காதலியின் பிறந்த நாளுக்குக் காதலைச் சொல்லும் வண்ணம் எதாவது பரிசைத் தரவேண்டும் நண்பா... இந்த உலகத்தில் யாருமே கொடுக்காத ஒரு பரிசுப் பொருளைத் தரணும் நண்பா. அந்தப் பரிசு என்னுடைய காதலை முழுசா எடுத்துச் சொல்லணும் நண்பா. அப்படிப்பட்ட காதலைச் சொல்லும் பரிசுப் பொருள் எதுன்னு கேட்டிருந்தாரு.

ஒரு உண்மையைச் சொல்லட்டுமா? காதலைவிட மிகச்சிறந்த பரிசுப்பொருள் இந்த உலகத்துல யாரும் இன்னும் கண்டுபிடிக்கவே இல்லை. இந்த உலகத்தில் உள்ள எந்தப் பரிசுப் பொருளும் காதலைவிட அழகாய் இல்லை.

தாஜ்மஹாலைவிட பிரம்மாண்டமான கட்டிடங்கள் இந்த உலகத்தில் ஏராளம் உண்டு. தாஜ்மஹாலைவிட இன்னும் அழகான மாளிகைகள் இந்த உலகத்தில் உண்டு. தாஜ்மஹாலைவிட தொழில் நுட்பத்தில் பெரிதான கட்டிடங்கள் இந்த உலகத்தில் உண்டு.

ஆனால் அத்தனையும்விட தாஜ்மஹாலிடம் ஒரு பெரிய விஷயம் பொதிந்திருக்கிறது. என்னவென்றால் அதில் மட்டுமே அழகோடு, தொழில்நுட்பத்தோடு அழகியலோடு காதலும் கலந்திருப்பதாலேதான் இன்னும் உலக அதிசியமாகப் பார்க்கப்படுது.

அதுனாலதான் வைரமுத்து ஐயா ஒரு கவிதையில சொல்லியிருப்பாரு.

**"சிந்தும் வேர்வை தீர்த்தமாகும்**
**சின்ன பார்வை மோட்சம் ஆகும்**
**காதலிக்கும் பெண் எழுதும் கைஎழுத்திலே**
**கண்ட பிழைகள்கூட கவிதை ஆகுமே**
**காதல் சுத்தம்கித்தம் பார்ப்பதில்லையே**
**எச்சில்கூட புனிதமாகுமே**
**குண்டு மல்லி இரண்டு ரூபாய்**
**உன் கூந்தல் ஏறி உதிரும் பூ கோடி ரூபாய்**
**பஞ்சுமிட்டாய் 5 ரூபாய்**
**நீ பாதி தின்று தந்ததால் லட்ச ரூபாய்!**
**காதலிக்கும் பெண்ணின் கைகள் தொட்டு நீட்டினால்**
**சின்ன தகரம்கூட தங்கமாகுமே!**
**காதலிக்கும் பெண்ணின் வண்ணக் கண்ணம் ரெண்டிலே**
**மின்னும் பருவம்கூட பவளம் தானே!"** னு காதலியின் மகத்துவத்தைச் சொல்லியிருப்பாரு.

ஜி.ஆர். சுரேந்தர் நாத் ஒரு கதையில சொல்லியிருப்பாருங்க...

அவர்களுக்குக் காதல் திருமணம். வீட்டை விட்டு, பெற்றோரை எதிர்த்து வெளியேறி திருமணமாகி 8 மாதங்கள் முடிகிறது. இன்று அவளின் பிறந்த நாள்.

காதலனாய் இருந்தபோது இரவு 12 மணிக்கு வாழ்த்துச் சொல்வதும், இவளுக்குப் பிடித்த பரிசை வாங்கித் தந்தும், இரவெல்லாம் பேசிக் கொண்டும் இருந்தவன், இன்று இவள் பிறந்தநாள் என்பதையே மறந்துவிட்டான். அதை அவளால் தாங்கிக் கொள்ளவே முடியவில்லை. 8 மாதத்திற்குள் இத்தனை மாற்றமா! என அவளுக்கு ஏமாற்றம்.

காலையில் எழுந்தவுடன் முகம் கழுவுமிடத்தில் ஒரு துண்டுச் சீட்டு அவள் கையில் கிடைக்கிறது. உன் கோவத்தையெல்லாம் தண்ணீரால் அழிக்க முடியுமா என்ன? இருந்தாலும் அதில் உன் கோவத்தைக் கரைத்துவிடு. உனக்கான பிறந்தநாள் பரிசு அலைபேசிக்குக் கீழ் இருக்கிறது. போய் பாரென்று எழுதப்பட்டிருக்கு. உடனே வேகமாக ஓடிவந்து அலைபேசியை எடுத்து விட்டுப் பார்க்கிறாள். அங்கே ஒரு சீட்டு.

"பரிசுகளெல்லாம் அலைபேசியில் வருவதில்லை. போய் வாசலைத் திறக்கவும்"னு எழுதியிருக்கு. ஓடிப்போய் திறந்து பார்த்தாள். சிறுவயதிலிருந்து அவளோடு படித்த நெடுநாள் தோழி சுகன்யா அவளுக்காகக் காத்திருக்கிறாள். இதற்கு மேல்

ஒரு பரிசு வேண்டுமா என்ற சந்தோசத்தில் சுகன்யாவைக் கட்டியணைத்து உச்சியில் முத்தம் கொடுத்து மகிழ்ச்சியைப் பகிர்ந்து கொண்டிருக்கின்ற வேளையில், சுகன்யாவும் ஒரு துண்டுச்சீட்டு அவளிடம் நீட்டுகிறாள்.

காதலின் பரிசு வாசலோடு நின்றுவிடுவதில்லை. இதயத்தைப் பலப்படுத்திக் கொள். உனக்கு இன்னொரு அதிர்ச்சி காத்திருக்கிறது. புத்தக அறையைத் திறந்து பார்!னு எழுதியிருக்கு.

உடனே ஓடிப்போய் புத்தக அறையைத் திறந்து பார்த்தாள். இதயம் ஒரு நிமிடம் நின்று துடித்தது. அங்கே... இனிமேல் யாரை வாழ்வில் பார்க்க முடியாது என்று நினைத்தாளோ... காதலுக்காக மிகப்பெரிய வரத்தை இழந்து வந்தாளோ... இனி எங்கள் முகத்தில் முழிக்காதே என்று சொன்ன பெற்றோர் இவளுக்காகக் காத்திருந்தனர். முட்டி வந்த அழுகையை அடக்கிக் கொண்டு ஓடிச் சென்று அவர்களைக் கட்டி அணைத்து அழ ஆரம்பித்தாள்!

அழுகை நின்ற நேரமும், ஆசீர்வாதம் கிடைத்த நேரமும் போக, சிறிது நேரத்திற்குப் பிறகு அவளது தந்தை ஒரு துண்டுச்சீட்டை நீட்டினார்.

அதில் “நாங்கள் பார்த்திருந்தாலும் இப்படியொரு மாப்பிள்ளையைப் பார்த்திருக்க முடியாது”னு எழுதியிருந்துச்சு.

அவள் கண்கள் அவனைத் தேடிக்கொண்டே இருந்தது. எங்கிருந்தோ வந்த அவன் சிரித்துக்கொண்டே ஒரு சீட்டை நீட்டினான். அதில் அவள் பெயரும் அவன் பெயரும் மட்டும் எழுதியிருந்ததுன்னு ஜி.ஆர்.சுரேந்தர் நாத் அந்தக் கதையை முடிச்சிருப்பாருங்க.

காதலில் மட்டும்தான் கலைந்த பொருட்களும் கலைப்பொருளாகும்.

**வாடிய மலரும் காதலில் வாழ்த்து மலராகும்.**
**இதயத்தை theft செய்ய காதலை gift செய்யுங்கள்.**
**காதலைவிட இவ்வுலகில் பெரிய பரிசேது?**

★★★

## காதலியிடம் ரகசியங்களைச் சொல்லலாமா?

காதல் ஒரு இசைக்கருவி.
வரைந்து பார்ப்பதில் சுரமில்லை
வாங்கிப் பார்ப்பதில் சுகமில்லை
வாசித்துப் பார்ப்பது சுலபமில்லை!
அத்தகைய காதல் கொண்டு உங்களை வரவேற்கிறேன்.

ஒரு நண்பர் கேட்டிருந்தாரு... நண்பா, காதலித்தால் எல்லாவற்றையும் சொல்ல வேண்டுமா? மனைவி கிட்டயும், காதலியிடமும் எந்த ஒளிவு மறைவுமின்றி இருக்கவேண்டுமா? திருமணமானவர்களுக்கும், காதலிப்பவர்களுக்கும் தனிப்பட்ட ரகசியங்கள் இருக்கவே கூடாதா?

மனுஷ்யபுத்திரன் சொல்வாரு...

"எனக்குக் குறுஞ்செய்தி அனுப்பிவிட்டு அழித்து விடுகிறாய்.
அழித்த தடயங்களை whatsapp காட்டுகிறது.
உண்மை தெரியுமா?
நீ அழிப்பதற்கு முன்பே,
ஏன் அனுப்புவதற்கு முன்பே,
ஏன் சிந்திப்பதற்கு முன்பே
நான் அதைப் படித்துவிட்டேன்."

"உன்னிடம் சொல்வதற்காகவே சில ரகசியங்களை வைத்திருக்கிறேன்
அதைச் சொல்வதற்காகவே உன்னை தினமும் பார்க்கிறேன்
உன்னைப் பார்ப்பதற்காகவே ரகசியங்களை உண்டாக்குகிறேன்
எந்த ரகசியங்கள் உன்னைக் காயப்படுத்தாதோ
அதை மட்டும் நான் உன்னிடம் சொல்கிறேன்!"னு மனுஷ்ய புத்திரன் அழகாகச் சொல்லியிருப்பாருங்க.

காதலனுக்கு அடிப்பட்டிருச்சி. தனக்கு அடிப்பட்ட விஷயத்தைக் காதலிக்கிட்ட சொல்லவேயில்லை. இந்த விஷயம் தெரிஞ்சி,

காதலி ஏன் என்னிடம் சொல்லவே இல்லைன்னு கோவப்படுறா. இந்தக் காட்சிய வாலி ஐயா சொல்லியிருப்பாரு...

காதலனுக்குக் காயம் ஏற்பட்டிருக்கு...

**"உண்டான காயமெங்கும் தன்னாலே**
**மாறிப்போன மாயமென்ன பொன்மானே பொன்மானே**
**என்ன காயம் ஆனபோதும் என்மேனி தாங்கிக் கொள்ளும்**
**உந்தன் மேனி தாங்காது செந்தேனே**
**எந்தன் காதல் என்னவென்று சொல்லாமல் ஏங்க ஏங்க**
**அழுகை வந்தது... எந்தன் சோகம்**
**உன்னைத் தாக்கும் என்றெண்ணும்போது வந்த அழுகை நின்றது!**
**மனிதர் உணர்ந்து கொள்ள இது மனிதக் காதலல்ல**
**அதையும் தாண்டிப் புனிதமானது."** என்று வாலி அவர்கள் எழுதியிருப்பாருங்க.

எந்த ரகசியங்கள் மற்றவரை தாக்காதோ, அந்த ரகசியங்கள் ஆசீர்வதிக்கப்பட்டவை.

அது ஒரு திருமண வீடு. மணமகளுக்குத் தோழியாக ஆடை திருத்திக் கொண்டிருந்தவள் ரகசியமாய் பொருமுகிறாள்.

இன்னும் கொஞ்ச நேரத்தில் உன் கழுத்தில் தாலி கட்டப்போகும் உன் கணவனை நான் எந்த எதிர்பார்ப்பும் இல்லாமல்தான் நேசித்தேன். அவனும் எந்த எதிர்பார்ப்புமின்றிதான் காதலித்தான். ஆனால், அவனுக்கு இந்த வாழ்க்கைதான் பரிசாய்க் கிடைக்கவேண்டுமென்றால், இந்த வாழ்க்கைதான் அவனுக்கு மகிழ்ச்சியைத் தருமென்றால், இதில் எனக்கு எந்த வருத்தமும் இல்லைன்னு நினைச்சிக்கிட்டு அந்த அறையின் மூலையில் ஓடிப்போய் ஓவென்று கதறி அழுகிறாள்.

அதே நேரத்தில், அதே திருமண மண்டபத்தில், இலையில் உணவு பறிமாறிக்கொண்டே வந்த இளைஞன் வீடியோவில் மணமகளைப் பார்க்கிறான். பார்த்துவிட்டுக் கண்ணீரை அடக்கிச் சத்தமிட்டுச் சொன்னான்.

உன்னை நானும் எந்த எதிர்பார்ப்புமின்றிதான் காதலித்தேன். நீ யாரை வேண்டுமானாலும் திருமணம் செய்துகொள்ளலாம். ஆனால், என் அன்பு நிபந்தனையற்றது. என்றும் மாறாதது. நீயும் என்னை ஒருநாள் காதலிப்பாய்னு சொல்லி ஒரு மூலைக்குச் சென்று அவனும் அழத்தொடங்குகிறான். இருவரின் அழுகைக் குரலும் கல்யாண வீட்டு இரைச்சலில் யார் பேசுவதும் யாருக்கும் கேட்கவில்லை.

அவர்களின் காதல் இன்னும் ரகசியமாகவே இருந்ததுன்னு ஜி.ஆர்.சுரேந்தர் நாத் அந்தக் கதையில சொல்லி முடிச்சிருப்பாருங்க.

**சிலர் ரகசியங்களைச் சொல்லத் தவிக்கிறார்கள்...**
**சிலர் ரகசியங்களைச் சொல்லிவிட்டுத் தவிர்க்கிறார்கள்...**
**சிலர் ரகசியங்களை மறைக்கத் துடிக்கிறார்கள்...**
**சிலர் ரகசியங்களை மறக்கத் துடிக்கிறார்கள்...**

காதல் இப்படி ஆயிரம் ரகசியங்களைத் தனக்குள் வைத்துக் கொண்டிருக்கிறது. ஆனால், எந்த ரகசியங்கள் மற்றவர்களைக் காயப்படுத்தாதோ அந்த ரகசியங்களை மட்டும் காதல் வெளியிடுகிறது.

★★★

# காதலர்கள் உலகம் மாயையா?

**காதலில் மட்டும் மௌனராகமும் சத்தமிடுகிறது.**
**30 நாட்களில் ஒரு மொழியைக் கற்று விடலாம்.**
**ஆனால் வாழ்நாள் முழுவதும் கற்றுக்கொள்ள வேண்டிய மொழி காதல்!**

- நெல்லை ஜெயந்தா.

அத்தகைய காதல் கொண்டு உங்களை வரவேற்கிறேன்.

ஒரு தோழி கேட்டிருந்தாங்க. காதலிப்பவர்கள் வேறு உலகில் இருக்கிறார்களே! இத்தனை நாட்கள் தெரியாத வானம், நிலம் எல்லாம் புதிதாய் தெரிகிறதே. காதல் நம்மை வேறு உலகைக் காட்டுகிறதா? இது மாயையா? காதல் வேறொரு உலகைக் காட்டும் கானல் நீரா?

உண்மையைச் சொன்னால்! காதலில் இருப்பவர்கள் மட்டுமே இவ்வுலகில் இருந்துகொண்டே, வேறு உலகில் வாழ முடிகிறது. வாழ்க்கையைப் பிடிக்காதவர்கள்கூட, காதல் பிடித்திருந்தால் இவ்வுலக்தில் வாழ்ந்துவிடலாம்.

காதல் உலகம் சிலரை விரட்டிப் பிடிக்கிறது, சிலரை விரட்டியடிக்கிறது!

எறும்புகளுக்காகக் கோலமிடுபவர் மத்தியில் விரும்புபவர்களுக்காகக் கோலமிடுவது இந்த உலகத்தில்தான்!

பைத்தியம் பிடிப்பதும் இந்த உலகத்தில்தான்! சில பைத்தியங்களைப் பிடிப்பதும் இந்த உலகத்தில்தான்!

இவ்வுலகில் காதல் ஒரு வேலையல்ல, காதலிப்பது மட்டுமே வேலை.

காதலர்கள் கட்டிக்கொள்ளும் கடிகாரங்கள் மட்டும் ஓடுவதேயில்லை...

இந்தக் காதல் உலகத்தில்தான் சமைக்கும்போது சண்டையிட்டால் சமையல் ருசிக்கிறது.

இந்தக் காதல் உலகத்தில்தான் தூக்கத்தின் உளறல்கள் துல்லியமாய் கேட்கிறது.

இந்தக் காதல் உலகத்தில்தான் சோம்பல் முறித்தால் இதயம் உடைகிறது.

இந்தக் காதல் உலகத்தில் மட்டுதான், நமக்கு இவ்வுலகம் தேவையா? இல்லையா? என்பதையும் காதல் முடிவு செய்கிறது. இவ்வுலகிற்கு நாம் தேவையா இல்லையா என்பதையும் காதலே முடிவுசெய்கிறது.

**"நெஞ்சத்தார் காதலவராக வெய் துண்டல்**
**அஞ்சுதும்வேபாக்கறிந்து"** னு வள்ளுவர் சொல்வாருங்க.

அதாவது, நெஞ்சில் நீ இருப்பதால் சூடாக உண்ணமாட்டேன்னு காதலனும் ... கண்ணில் நீ இருப்பதால் கண்மையிடமாட்டேன்னு காதலியும்... சொல்வதாய் வள்ளுவர் சொல்லியிருப்பாரு... இந்த உலகத்தில் கேட்பவரை விட கொடுப்பவரே அதிகம், காதலில்.

காதல் உலகம் எப்படிப்பட்டதுன்னு வைரமுத்து ஐயா சொல்லுகையில்...

**"காதலே நீ பூ எறிந்தால் எந்த மலையும் கொஞ்சம் குழையும்**
**காதலே நீ கல்லெறிந்தால் எந்தக் கடலும் கொஞ்சம் கலங்கும்**
**இனி மீள்வதா? இல்லை வீழ்வதா?**
**உயிர் வாழ்வதா? இல்லை போவதா?**
**அமுதமென்பதா? விஷம் என்பதா?**
**இல்லை, அமுத விஷமென்பதா?"** கேட்டிருப்பாருங்க. இந்தக் காதல் என்பது ஒருசில வேளைகளில் அமுதவிஷம் போலங்க.

ஒரு *whatsapp group*-இல் இருந்து
வெளியேறுவது போல அத்தனை எளிதல்ல
காதலின் உலகை விட்டு வெளியேறுவது...
காதல் உலகத்தில் கதவுகள் திறந்தே இருக்கின்றன!
ஆனால், இதுவரை உள்ளே சென்ற யாரும் திரும்பவேயில்லை!
இவ்வுலகில் காதலர்கள் காதலைக் கொண்டாடுகிறார்கள்.
காதலும் காதலர்களைக் கொண்டாடிக் கொண்டேயிருக்கிறது.

★★★

# காதலில் கொஞ்சம் பிரிவும் வேண்டும்

**காதலில் கண்களுக்கு வானவில்லாய் வாழ்க்கை தெரிகிறது!**
**காதலின் மொழிகளுக்குச் சத்தங்கள்கூட சங்கீதமாய் கேட்கிறது!**
**காதலின் மனங்களுக்கு மரவிறகும் மயிலிறகாய்த் தெரிகிறது!**

அத்தகைய காதல் கொண்டு உங்களை வரவேற்கிறேன்.

ஒரு நண்பர் கேட்டிருந்தாரு. நண்பா, என் மனைவி என்மீது கோவித்துக் கொண்டு அவள் அம்மா வீட்டுக்குப் போய்ட்டா. அவள் இங்கு இருக்கும்போது அவள் நினைப்பு இருந்ததைவிட, பிரிந்திருக்கும்போது அவள் நினைப்பு இன்னும் அதிகமாய் உள்ளதே. காதல், பிரிவில்தான் அதிகரிக்குமானு கேட்டிருந்தாரு.

மனுஷ்யபுத்திரன் சொல்வாரு...

**"ஒரு நாற்றுக்கும் இன்னொரு நாற்றுக்கும் இடையில்**
**என்ன இடைவெளி வேண்டுமெனத் தெரியுமெனக்கு**
**ஒரு தென்னைக்கும் இன்னொரு தென்னைக்கும் என்ன**
**இடைவெளி வேண்டுமெனத் தெரியுமெனக்கு!**
**ஒரு ஆணுக்கும் ஒரு பெண்ணுக்கும் இடையில்**
**என்ன இடைவெளி வேண்டும் என்பது**
**மட்டும் தெரியவில்லை எனக்கு!**
**நான் எவ்வளவு நேரம் உன்னோடு இல்லாமல் இருந்தால்**
**நான் இருக்க வேண்டுமென்று தோன்றுமுனக்கு?"**னு கேட்டிருப்பாருங்க.

வள்ளுவர் சொல்லாரு...

தலைவன் பிரிஞ்சு போயிட்டான். தலைவி தலைவனைப் பிரிஞ்ச ஏக்கத்தோட இருக்கா. ஆனாலும், தலை சொல்றதா எழுதுறாருங்க.

**"துறைவன் துறந்தமை தூற்றாகொல் முன்கை**
**இறைஇறவா நின்ற வளை"** னு.

தலைவன் என்னைவிட்டுப் பிரிந்த செய்தியை, என் முன் கை மூட்டிலிருந்து கழன்று விழும் வளையல் ஊரறியத் தூற்றித் தெரிவித்து விடுகிறதேன்னு வருந்துவதாகக் காட்சிப்படுத்தியிருப்பாரு.

இராமாயணத்தில் ஒரு காட்சி வருதுங்க...

சீதை இராமனைப் பிரிஞ்சு இருக்காங்க. இராமனை நினைத்து நினைத்துச் சீதை அழுது அழுது அவள் துணியெல்லாம் நனைஞ்சிருச்சாம்... கண்ணில் கண்ணீர் வற்றிய நிலையில், இராமனை நினைத்து அவள் விடும் மூச்சுக் காற்றின் வெப்பத்தில் அந்த ஆடைகள் காய்ந்தன்னு எழுதுறாரு கம்பர்!

காதலி பிரிஞ்சி போயிட்டா... காதலியின் நினைவு பிரியல... நா.முத்துகுமார் எழுதுறாரு...

"அமர்ந்து பேசும் மரங்களின் நிழலும்
உன்னைக் கேட்கும் எப்படிச் சொல்வேன்
உதிர்ந்து போன மலரின் மௌனமா?
தூது பேசும் கொலுசின் ஒளியை
அறைகள் கேட்கும், எப்படிச் சொல்வேன்?
உடைந்து போன வளையல் பேசுமா?
உள்ளங்கையில் வெப்பம் சேர்க்கும் விரல்கள்
இன்று எங்கே... தோளில் சாய்ந்து கதைகள் பேச
முகமும் இல்லை இங்கே!"னு அந்த வருத்தத்தைச் சித்திரச்சிருப்பாருங்க.

ஜி.கே.சுரேந்தர நாத் ஒரு கதையில எழுதியிருப்பாருங்க...

மனைவி அவளுடைய அம்மா வீட்டுக்குப் போயிடறாங்க. கணவன் மட்டும் வீட்ல தனியா இருக்கான். அப்போ அவளுடைய டைரி ஒன்னு அறையில கிடைக்குது. கணவன் அவளுடைய டைரியை எடுத்துப் படிக்கிறான்! அதில் தன்னை அவள் திட்டியிருப்பாள் என நினைத்துப் படிக்க ஆரம்பிக்கிறான்.

விடுமுறை நாள் என்றால்
உனக்கு வீட்டிலிருப்பது
எனக்கு உன்னோடிருப்பது!

அலங்கரித்துக் கொண்டு எல்லோரும் வெளியே செல்வார்கள்.

நான் உன்னோடு வரும்போதே அழகாகிறேன்.

நீ தாமதமாக வந்தால் நான் கோபித்துக் கொள்ள மாட்டேன், அதிகப்படியான காதல் சரியான நேரத்திற்கு வந்தால் கிடைத்திருக்குமா என்ன?

சமைக்கும்போது நீ தொந்தரவு செய்தால் கோபித்துக் கொள்ளமாட்டேன்...

உன்னால்தான் சமையலில் ருசி கூடுகிறது.

நான் ஒல்லியாகவே இருக்க விரும்புகிறேன்.

அப்போதுதான் நான் உனக்குள்ளே ஒடுங்க முடியும்!

நானும் உன்னைத் தொந்தரவு செய்வேன்.

நீயும் என்னைத் தொந்தரவு செய்துகொண்டேயிரு"ன்னு எழுதியிருக்குங்க.

இந்த டைரியை மூட முடியாமல், அவனது கை தன்னிச்சையாக அலைபேசியில் அவளது எண்ணை அழுத்தியதுன்னு அந்தக் கதையை முடிப்பார்.

காதலில் மட்டும்தான் புரியாத பிரியம் பிரியும்போது புரியும்.

★ ★ ★

## காதலியைக் கையாளலாம்,
## காதலைக் கையாள முடியாது!

காதல் முரண்பாடுகளில் முதன்மையாக இருக்கிறது!
உடன்பாடுகளில் உறுதியாக இருக்கிறது.
வார்த்தையில்லா வழிபாடுகளில் இறுதியாய் இருக்கிறது!
அத்தகைய காதல் கொண்டு உங்களை வரவேற்கிறேன்.

ஒரு நண்பர் கேட்டிருந்தாரு... நண்பா, காதலைவிட காதலிக்கப்படுகிறோம் என்கிற உணர்வுதான், நம்மைக் காதலிக்க தூண்டுகிறதா? நாம் காதலைச் சொல்லியும் காதலர் மறுத்தால்கூட காதல் வயப்பட்ட உணர்வு மகத்தானதுதானா? எனக் கேட்டிருந்தாரு.

மனுஷ்யபுத்திரன் சொல்வாருங்க...

"காதலர்கள் அருகில் இல்லாதபோதும் காதலால்
தழும்பச் செய்கின்றன காதலைப் பற்றிய சொற்கள்!
நாம் காதலில் மூழ்கியிருக்கும் போது காதலையோ,
காதலியையோ மறந்து போகிறோம்.
காதலியைக்கூட கையாளலாம். ஆனால், இந்தக் காதலை
எப்படிக் கையாள்வது?" னு கேட்டிருப்பாரு.
"பூவுக்கெல்லாம் சிறகு முளைத்தது எந்தன் தோட்டத்தில்
விண்மீன் எல்லாம் நிலவாய் போனது எந்தன் வானத்தில்
முப்பது நாளும் முகூர்த்தம் ஆனது எந்தன் மாதத்தில்
முள்ளில்கூட தேன்துளி கசிந்தது எந்தன் ராகத்தில்
இது எப்படி எப்படி நியாயம்... எல்லாம் காதல் செய்த மாயம்..."
என்று வைரமுத்து ஐயா எழுதியிருப்பாருங்க.

நான் உன்னைக் காதலிக்கிறேன் என்பதை விடவும் காதல் உலகத்திற்குள் நாமும் சென்றுவிட்டோம் என்ற விஷயமே அதிகம் கிளர்ச்சியூட்டுகிறது.

பயணிப்பவர்களுக்காக அல்லாமல் ரயிலுக்காகக் கைகாட்டும் சிறுவன் போலகாதலியின் சம்மதம் இல்லையென்றாலும் காதலுக்காகக் காதலியுங்கள்!

அதனால்தான்டே நா.முத்துகுமார் எழுதுனாரு...

**"காதலித்துக் கெட்டுப் போ**
**அதிகம் பேசு**
**ஆதி ஆப்பிள் தேடு**
**மூளையைக் கழற்றி வை, முட்டாளாய் பிறப்பெடு**
**கடிகாரம் உடை, காத்திருந்து காண்,**
**நாய்குட்டி கொஞ்சு, நண்பனானாலும் நகர்ந்து செல்,**
**கடிதமெழுத கற்றுக்கொள், விதவிதமாய்ப் பொய் சொல்...**
**விழி ஆற்றில் விழு, பூப்பறித்துக் கொடு**
**மேகமெனக் கலை, மோகமென வளர்த்து மித...**
**மதிகெட்டு மாய், கவிதைகள் கிறுக்கு,**
**கால் கொலுசில் இசை உணர், தாடி வளர்த்துத் தவி,**
**எடை குறைந்து சிதை, ஊர் எதிர்த்தால் உதை,**
**ஆராய்ந்து அழிந்து போ...**
**மெல்ல செத்து மீண்டு வா,**
**திகட்ட திகட்ட காதலி"**னு நா.முத்துகுமார் சொல்வாருங்க.

காதலின் சுவை மட்டும் கடிக்க கடிக்க திகட்டுவதே இல்லை. இந்தக் காதல் ஆப்பிள் கடிக்க கடிக்க இன்னும் வளர்ந்துகொண்டே இருக்கிறது.

★★★

## காதல் பரிசுப்பொருளா? விளையாட்டுப் பொருளா?

காதல் கண்களைக் களவாடுகிறது,
இதயத்தோடு உறவாடுகிறது...!
ரத்தத்தைக் கொதிக்க வைத்து,
சித்தத்தைத் துடிக்க வைக்கிறது, இந்தக் காதல்!

அத்தகைய காதல் கொண்டு உங்களை வரவேற்கிறேன்.

ஒரு நண்பர் கேட்டிருந்தாரு... நண்பா, காதல் இருக்கும்போது வேண்டாம் என்றும், இல்லாதபோது வேண்டுமென்றும் தோன்றுகிறதே, இந்தக் காதலை புரிந்து கொள்ளவே முடியல நண்பா! இந்தக் காதல் பரிசுப் பொருளா? விளையாட்டுப் பொருளான்னு கேட்டிருந்தாங்க.

உண்மையை சொல்லட்டுமா?

"காதல் ஒரு பரிசுப் பொருள்
காதல் ஒரு பரம்பொருள்
காதல் ஒரு உயிர்ப்பொருள்
காதல் ஒரு விளையாட்டுப் பொருள்"

இதுவாகவும் இருக்கிறது, அதுவாகவும் இருக்கிறது. எதுவும் இல்லாமலும் இருக்கிறது. காதல் இதுதான்னு வரையறுக்கவே முடியாதுங்க.

அதுனாலதானே கவிஞர் கபிலன் சொன்னாரு...

"உன் சமையல் அறையில் நான் உப்பா, சர்க்கரையா?
நீ படிக்கும் அறையில் நான் கண்களா, புத்தகமா?
நீ குழந்தை என்றால் நான் தொட்டிலா, தாலாட்டா?
நீ இதயம் என்றால் நான் உயிரா, துடிதுடிப்பா?
நீ புதுமை என்றால் நான் பாரதியா, பாரதிதாசனா?"

என்று எழுதியிருப்பார்.

சிலர் கவிஞராய் இருப்பார்கள்
சிலர் கலைஞராய் இருப்பார்கள்
சிலர் தலைவராய் இருப்பார்கள்
சிலர் வாழ்வை விரும்புவார்கள்
சிலர் வாழ்வை வெறுப்பார்கள்
ஒவ்வொருவரும் ஒவ்வொன்றாய் இருக்கையில்,
காதலர்கள் மட்டும் எல்லாமுமாய் இருக்கிறார்கள்!

ஜி.ஆர். சுரேந்தர் நாத் ஒரு கதையில எழுதியிருப்பாரு...

மோகன் அப்பொழுதுதான் கல்லூரியில் சேர்ந்திருக்கான். கல்லூரியில் சேர்ந்த மூன்றாம் நாளிலே முதல் சந்திப்பிலே அவனுக்கு அர்ச்சனாவைப் பிடித்துவிட்டது. அவளைக் காதலிக்க தொடங்குகிறான். அவளும் மோகனிடம்தான் அதிகம் பேசுவாள்! மோகன் அவளிடம், "நான் ஒரு கதையாசிரியனாய் வருவேன்" எனச் சொல்கிறான். "நீ கதையெல்லாம் எழுதுவியா?"ன்னு அவனைப் பார்த்து ஆச்சர்யமாகக் கேட்டாள்.

இப்போதுதான் ஒரு காதல் கதையைத் தொடங்கியிருக்கேன். இந்தக் கதை எப்ப முடிப்பேன்னு தெரியலனு. கண்டிப்பா இந்தக் காதல் கதைய உன்னிடம் சொல்வேன்னு சொல்கிறான். 3 வருஷமாகியும் அவகிட்ட காதல் சொல்லணும்னு முயற்சி பண்றான். ஆனா தைரியமே வரல. கடைசியா Farewell Day அன்னிக்கு ஒரு லெட்டர அவகிட்ட கொடுக்கணும்னு தோணுது. ஆனா அப்பவும் தைரியம் வரல. கல்லூரியைவிட்டு வெளியே வந்து ஒருமுறை கல்லூரியைக் கடைசியாய் பார்த்துவிட்டு அந்த லெட்டர சுக்கு நூறா கிழிச்சுப் போட்டுட்டு அழுகையோடு வீட்டுக்குச் சென்றுவிட்டான்.

எனது கல்லூரி நோட்டில் அர்ச்சனா ஒரு லெட்டர் வைத்திருந்தாள். அதில்,

"நீ எப்படியும் உன் காதல் கதையைச் சொல்லவோ, எழுதவோ போவதில்லை. நீ அந்தக் கதையை எழுதத் துவங்கும் முன்னே நான் முழுவதுமாய் படித்துவிட்டேன். உன்னுடைய காதல் கதை நம்முடைய காதல் கதை. தொடர்கதையாகத் தொடரட்டும்...! இப்படிக்கு அர்ச்சனா"ன்னு போட்டிருந்துச்சிங்க. ஜி.ஆர். சுரேந்தர் நாத், "இவன் தொடங்கிய கதையை அர்ச்சனா முடித்து வைத்தாள்"ன்னு அந்தக் கதையை முடிச்சிருப்பாரு.

காதல் கதையாகவும் இருக்கிறது, நிஜமாகவும் இருக்கிறது!
காதல் கலையாகவும் இருக்கிறது, நிலையாகவும் இருக்கிறது
காதல் காற்றிலும் இருக்கிறது, காத்திருப்பிலும் இருக்கிறது.

★★★

## காதலுக்குப் பெயர் முக்கியமா?

காதல் ஆணவத்தைத் தகர்க்கிறது.
காதல் ஆசைக்கனவை வளர்க்கிறது.
அனைவருக்கும் ஆக்ஸிஜனாய் இருக்கிறது.

அத்தகைய காதல் கொண்டு உங்களை வரவேற்கிறேன்.

ஒரு தோழி கேட்டிருந்தாங்க. நண்பா எனக்கு அவனை மிகவும் பிடிக்கும். அதற்காகக் காதலிக்கிறேன்னு சொல்ல முடியாது. நண்பன்னு சொல்லிப் பிரிச்சிட முடியாது. காதலும் இல்லாமல், நட்பும் இல்லாமல் ஒரு உறவு இருக்கக்கூடாதா?

மனுஷ்யபுத்திரன் சொல்வாரு...

ஒரு ஆணுக்கும் பெண்ணுக்கும் இடையே இருக்கும் சிநேகத்தை இதுதான்னு வகுக்க முடியாதுன்னு சொல்லி,

"ஆயிரம் முறை பேச்சு தொடங்கியும் பேச மறுத்த
உன்னிடம் எப்படிப் புரியவைப்பது
உன்னிடம் பேசுவதைத் தவிர வேறு எந்த எதிர்பார்ப்பும்
இல்லை எனக்கென்று"னு கவிதையில அழகா வெளிப்படுத்தியிருப்பாருங்க.

ஜி.ஆர்.சுரேந்தர் நாத் கதையில அடுக்கிச் சொல்வாரு...

1. கேண்டீனில் காஃபி அருந்தும்போது என் காஃபியை மாற்றிக் கொள்கிறாய்... நீ எதேச்சையாகச் செய்கிறாயா? விரும்பிச் செய்கிறாயா? என இதுவரை எனக்குப் புரியவில்லை.
2. உனக்கு Whats app-இல் நான் எதை அனுப்பினாலும் *hearten* அனுப்புகிறாய். நான் அதை என்னவென்று புரிந்துகொள்வது?
3. நான் எது சொன்னாலும் Love u da என்கிறாய். ஆனால் அதன் பொருள் எனக்கு விளங்கவில்லை.
4. என் புத்தகத்தை வாங்கி உன் பெயரை எழுதி வைக்கிறாய். உன் பெயருக்குப் பக்கத்தில் என் பெயர் எழுதவா... இல்லை

உன் பெயரை அடித்துவிட்டு என் பெயர் எழுதவா... தெரியவில்லை.

5. நான் யாரிடமோ பேசினால், நீ என்னைப் பார்த்துக் கொண்டிருக்கிறாய். நான் உன்னைப் பார்த்தால், நீ யாரிடமோ பேசிக் கொண்டிருக்கிறாய். நான் இப்போது உன்னைப் பார்ப்பதா? இல்லை தவிர்ப்பதா?

6. உன் பிறந்தநாளில் எல்லோர் முன்னிலையிலும் Cake-ஐ வெட்டி முதலில் எனக்கு ஊட்டி விடுகிறாய். நான் இப்போது மறுபடியும் ஊட்டி விடவா? ஒதுங்கிச் செல்லவா? தெரியவில்லை"ன்னு சொல்லியிருப்பாரு.

7. உனக்கும் எனக்கும் இடையே ஏதோ ஒன்று இருக்கிறது. சரி விட்டுத் தள்ளு. ரோஜாவுக்குப் பெயரா முக்கியம்.

"இங்கே ஒரு இன்பம் வந்து நிறைய
எப்போது என் உண்மை நிலை அறிய
தாங்காமலும் தூங்காமலும் நாள் செல்லுதே
இல்லாமலே நித்தம் வரும் கனவு, கொல்லாமல் கொல்ல
சுகம் என்னென்று சொல்ல...
நீ துணைவர வேண்டும், நீண்ட வழி என் பயணம்"

என்று கங்கை அமரன் சொல்வாருங்க.

இந்த ஆணுக்கும் பெண்ணுக்கும் இருக்கக்கூடிய சிநேகத்தை வரையறுக்கவே முடியாதாங்க.

இணையாத தண்டவாளத்தில்தானே ரயில்கள் பயணிக்கிறது.

இல்லாத வானத்தில் மேகங்கள், தானே போகிறது

சொல்லாத உறவுக்குள் ராகங்கள், தானே இருக்கிறது.

இசையை ரசிக்க ராகத்தின் பெயர் தெரிய வேண்டுமா என்ன?

★★★

## சிறுவயது காதல் வயசுக் கோளாறா? மனசுக் கோளாறா?

மலையை மடக்க செய்யும் மந்திரச் சொல் காதல்!
கடலைக் கடக்க உதவும் கடவுச்சொல் காதல்!
காலத்தைக் காவியமாக்கும் காலக்கவிதை காதல்!
அத்தகைய காதல் கொண்டு உங்களை வரவேற்கிறேன்.

ஒரு நண்பர் கேட்டிருந்தாரு... நண்பா, இந்தச் சின்ன வயதில் நமக்கு ஒரு ஈர்ப்பு வருதே, Crushனு சொல்றாங்க... Infactuation-னு சொல்றாங்க... இந்த பால்ய காதல் வயசுக் கோளாறா? மனசுக் கோளாறான்னு கேட்டிருந்தாருங்க.

தபு சங்கர் சொல்வாரு...

சின்ன வயதிலிருந்து
என்னைத் தொட்டுப் பேசும் பழக்கத்தை
நீ நிறுத்திக் கொண்ட போதுதான் தெரிந்தது.
நீ என்னைக் கட்டிக்கொள்ள ஆசைப்படுகிறாய்னு..!

இளையராஜா ஸார் ஒரு பாட்டுல எழுதியிருப்பாரு...

"அறியாத வயசு... புரியாத மனசு
இரண்டும் இங்கே காதல் செய்யும் நேரம்
அடி ஆத்தி இரண்டும் பறக்குதே
செடிபோல ஆசை முளைக்குதே
வெட்டவெளி பொட்டலுல மழை வந்தா
இனி கொட்டாங்குச்சி குடையாக மாறிடும்!
தட்டாம் பூச்சி வண்டியில சீர் வந்தா
இங்கே பட்டாம்பூச்சி வண்டியில ஊர் வரும்!"னு எழுதியிருப்பாரில்ல. இந்தக் காதல் ஒரு விளையாட்டுத்தனமான காதல்தானங்க.

ஜி.ஆர். சுரேந்தர் நாத் அதுதான் ஒரு கதையில சொல்லியிருப்பாரு...

நானும், மீனுவும் ஒன்னா வளர்ந்தோம்... இவதான்டா உன் முறைப்பொண்ணுனு சொல்லியே வளர்த்தாங்க. நாங்க பொறக்கும்போது பரிசம் போட்டதா சொன்னாங்க.

சின்ன வயசுல கலடாஸ்கோப்ல கலர் வளையலுக்குப் பதிலா எனக்குக் காதல் வளையல் தெரிஞ்சது. கடலைமிட்டாய் கடிச்சித் தரும்போது நான் காதலியிடம் கடிச்சு தருவேன்.

நாங்க இரண்டு பேருமா சேர்ந்து ஒரு ரோஜா செடிய நட்டு வச்சோம். நாங்க நட்ட அடுத்த நொடியே ஓராயிரம் பூ அந்தச் செடியில பூத்திடுச்சு!

என் சட்டையத் தான் அவ எப்பவுமே போட்டுப்பா!

எனக்காக எதைக் கேட்டாலும் தருவியா மாமானு கேப்பா! உனக்காக நீ எதைக் கேட்டாலும் தருவேன் மீனுனு எப்பவும் சொல்வேன். அவள் கல்லூரி படிக்கிறப்போ சங்கர்னு ஒரு பையன விரும்புறேன் மாமா! எனக்காக நீ எதையும் செய்வேன்னு சொன்னல... எங்க அப்பா, அம்மா ஒத்துக்கல... எனக்கு இந்தப் பையன கட்டி வைக்கிறியான்னு கேட்டாள். அவ வீட்ட எதிர்த்து, என் வீட்ட எதிர்த்து, எங்க சொந்தக்காரங்கள எதிர்த்து அந்தப் பையன அவளுக்கு நானே கட்டிவச்சேன். காதலித்தவனுக்குக் காதல் பரிசா... காதலையே தந்த காதலன் நானாகத்தான் இருக்க முடியும்"னு சுரேந்தர்நாத் அந்தக் கதையை முடிப்பார்.

"அந்த இள வயதில் ஆத்தங்கரை மணலில்
காலடித்தடம் பதித்தோம்... யார் அழித்தார்
நந்தவனக் கரையில் நட்டு வைத்த செடியில்
மொட்டுவிட்ட முதற்பூவை யார் பறித்தார்"னு

வைரமுத்து ஐயா கேட்டிருப்பாரில்ல.

சின்ன வயதில் பெயரைச் சொல்லி அழைத்து, அந்தப் பெயர் புனைப்பெயராகி, புனைப்பெயர் பட்டப்பெயராகி, பட்டப்பெயர் இருவருக்கு மட்டும் தெரிந்த ரகசியப் பெயராய் மாறி... அந்தப் பெயர் தன் பெயருக்குப் பின்னால் வரும் வரை தொடர்கிறதே அந்தக் காதல் ஆசீர்வதிக்கப்பட்டது. அப்படிப்பட்ட காதல் வாய்க்கப்பெற்றவர்கள் ஆசீர்வதிக்கப்பட்டவர்கள்.

★★★

## பேசுவது நல்லதா? பேசாமல் செல்வதா?

காதல் பருவத்தில் வருகிறது!
காதல் உருவத்தில் வருகிறது!
காதல் இணையத்தில் வருகிறது!
காதல் இதயத்துள் நுழைகிறது!
அத்தகைய காதல் கொண்டு உங்களை வரவேற்கிறேன்.

நண்பா, காதலித்துப் பிரிந்தவரை மீண்டும் சந்தித்தால் என்ன பேசுவது? பேசுவது நல்லதா? பேசாது செல்வதா?னு கேட்டிருந்தாரு. மனுஷ்யபுத்திரன் சொல்வாரு...

"உனக்கும் எனக்கும் இடையே
எந்த உறவும் இல்லை என்றபோது
எதிரி என்ற புதிய உறவு எதற்கு"னு கேட்டிருந்தாரு. உடலளவில் நாம் பிரிவோமா தவிர, காதலித்தவரை மனதளவில் பிரியவே முடியாது.

அதுனால்தானே நா.முத்துகுமார் எழுதியிருப்பாரு...

"பேசிப் போன வார்த்தைகள் எல்லாம்
உனது பேச்சில் கலந்தே இருக்கும்
உலகம் அழியும் உருவம் அழியுமா?
பார்த்துப் போன பார்வைகள் எல்லாம்
பகலும் இரவும் உன்னுடன் இருக்கும்
உனது விழிகள் என்னை மறக்குமா?" கேட்டிருப்பாருங்க.

காதலியை அவன் பாக்கவே இல்லை. காதலியைப் பார்க்காம அவன் வாழ்க்கையே இருண்டுருக்கு. காதலியைப் பார்த்தபின் ஏதோ உயிர் வந்ததாகப் புதுக்கவிஞர் உணருறாருங்க. அதை இப்படி எழுதுறாரு...

"கனவுகள் கலைந்ததடி
காட்சிகள் முடிந்ததடி
இதயம் வலிக்குதடி
கண்கள் கசியுதடி
உதிரம் சிந்துதடி

உயிர் கணக்குதடி
உன்னை மீண்டும் பார்த்த பின்பு
அத்தனையும் மறந்ததடி." புதுக்கவிஞர் எழுதியிருப்பாருங்க.

வைரமுத்து ஐயா 'மௌன பூகம்பம்' ஒரு கவிதையில சொல்வாரு. 12 ஆண்டுகளாகத் தன் காதலியைப் பார்க்காமல் தாடியையும், சோகத்தையும் சரிவிகிதத்தில் வளர்த்தவன் அவன். ஒரு நாள் ஒரு ரயில் நிலையத்தில் இரண்டு இரயில்கள் எதிர் எதிர் திசையில்... இந்த ஜன்னல் வழியில் 12 ஆண்டுகள் பார்க்க முடியாத அவள் முகம் தெரிகிறது.

"உன்னைப் பார்த்த ஒரு நிமிடத்தில்
இமைகளைக் காணாமல் போட்டன கண்கள்!
நீதானா இல்லை வேறொருவன் கண்களால்
நான் பார்க்கிறேனோ?
இதயத்தின் ஆழத்தில் உன் முகம்
மிதந்து மிதந்து மேலே வருகிறது.
என் மீசைக்கும், என் காதலுக்கும்
ஒரே வயது என்று அறிவாயா?
உன் பெயரை மறக்கடிப்பதில்
தூக்க மாத்திரைத் தோற்றுப் போனது.
இப்போதும் நாம் பேசப் போவதில்லையா?
வார்த்தைகள் இருந்தபோது பிரிந்து போனவர்கள்
ஊமையான பின்பு சந்திக்கிறோமா?
இந்த இரயில் வெளிச்சம் நீ அழுவதாய் காட்டுகிறது.
உன் வழி ஒழுகும் கண்ணீரால் உன் மடி உறங்கும்
கிளியின் தூக்கத்தைக் கெடுத்துவிடாதே
விசில் சத்தம் கேட்கிறது
போய் வருகிறேன் அல்லது போய் வா!
விதியை விடவும் நான் ரயிலை நம்புகிறேன்!
மீண்டும் கண்டிப்பாய் சந்திப்போம்.
அப்போதும் நான் கேட்க விரும்புவது
ஒன்றே ஒன்றுதான்
நீயும் என்னைக் காதலித்தாயா?"

அப்படின்னு கேட்டு வைரமுத்து ஐயா முடிச்சிருப்பாருங்க.

மௌனம் பேசும்போது வார்த்தைகளுக்கு வேலையில்லை. பிரிந்தவரை மீண்டும் பார்த்தால் பிரியத்துடன் பாருங்கள். மீண்டும் பிரியும் வரை பார்த்துக்கொண்டே இருங்கள்.

★★★

## காதல் அபத்தமானதா? ஆபத்தானதா?

கண்ணீரைக் கவிதையாக்குகிறது, காதல்!
பாலைவனத்தைச் சோலைவனமாக்குகிறது, காதல்!
சோகங்களை மேகங்களாய் கரையச் செய்கிறது, காதல்!
மன்னிப்பை உயிர்நீதியாய் வைத்திருக்கிறது, காதல்!
அத்தகைய காதல் கொண்டு உங்களை வரவேற்கிறேன்.

ஒரு தோழி கேட்டிருந்தாங்க. நண்பா, இந்தக் காதல் குழப்பத்தைத் தருகிறதே... பிரச்சனைகளை உருவாக்குகிறதே... இந்தக் காதல் அபத்தமானதா... இல்லை ஆபத்தானதான்னு கேட்டிருந்தாங்க.

உண்மையைச் சொன்னால், காதல் அபத்தமானது, காதல் ஆபத்தானது... காதல் அழகானது... காதல் அதிசயமானது!

அதனால்தானே வைரமுத்து ஐயா சொன்னாரு...

"பூவுக்குள் ஒளிந்திருக்கும் கனிக்கூட்டம் அதிசயம்
வண்ணத்துப்பூச்சி உடம்பில் ஓவியங்கள் அதிசயம்
துளை செல்லும் காற்று மெல்லிசையாதல் அதிசயம்
குருநாதர் இல்லாத குயில்பாட்டு அதிசயம்
அதிசயமே அசந்து போகும் நீ எந்தன் அதிசயம்"னு சொன்னார்ல.

எங்கேயோ பிறந்து எங்கெங்கோ வளர்ந்து, எப்படியோ வாழ்ந்த இரு உடல் ஒரு உயிராய் மாறுவது அதிசயம்தானே! ஒருவருடைய இன்னொரு பகுதியாக மாறுவதென்பது ஆச்சர்யத்தின் உச்சம் தானே!

அதுனால்தானே பாரதி சொன்னாரு...

"பாயுமொளி நீ எனக்கு பார்க்கும் விழி நான் உனக்கு
தோயும் மது நீ எனக்கு தும்பியடி நான் உனக்கு
வீணையடி நீ எனக்கு மேவும் விரல் நானுனக்கு
பூணும் வடம் நீ எனக்கு புது வைரம் நான் உனக்கு

**வான மழை நீ எனக்கு வண்ண மயில் நான் உனக்கு**
**பானமடி நீ எனக்கு பாண்டமடி நான் உனக்கு**
**காதலடி நீ எனக்கு காந்தமடி நான் உனக்கு**
**வேதமடி நீ எனக்கு விந்தையடி நான் உனக்கு...**"னு பாரதி சொல்லியிருப்பாரில்ல. ஒருவருக்கொருவர் நினைப்பதை நடத்திக் காட்டுவது காதல்தானங்க.

என்.எஸ்.கலைவாணர் கடைசி காலத்துல இருக்கிறாரு. ரொம்ப வறுமையில இருக்காங்க. அந்த நேரத்துல, ஒருத்தர் தன்னுடைய பொண்ணுக்குக் கல்யாணம்னு பத்திரிக்கை கொண்டு வந்து அழைப்புக் கொடுக்குறாரு. மதுரம்மா சொல்றாருங்க. "ஏங்க, என்னதான் நம்ம வறுமையிருந்தாலும், நம்மகிட்ட ஒரு வெள்ளி வெத்தலைப்பெட்டி இருக்கில்ல. அதைக் குடுத்து விட்டிருக்கலாமில்ல"னு கேட்குறாங்க. "நீ நினைச்சே, நான் கொடுத்தே விட்டேன்!"னு கலைவாணர் சிரிச்சிக்கிட்டே சொல்றாரு.

ஒருவர் என்ன தவறு செய்தாலும் அதை மன்னித்து ஏற்றுக் கொள்வதில் காதல் இருக்கிறது!

வீட்ல வறுமை. செல்லம்மா பக்கத்து வீட்ல போய் அரிசி வாங்கிட்டு வராங்க. பாரதி அந்த அரிசியை எடுத்துக் காக்கைக்கும், குருவிக்கும் போட்டு காக்கைக் குருவி எங்கள் ஜாதின்னு பாட்டுப் பாடிட்டு... மனைவி செல்லம்மாகிட்ட போய் கேக்குறாரு. இந்தப் பாட்டு எப்படி இருந்துச்சின்னு? செல்லம்மா கோவத்தோட சொல்றாங்க, "என்னோட மொகம் மாதிரி இருந்துச்சின்னு". அவ்வளவு அழகாவா இருந்தது. அவ்வளவு இனிமையாவா இருந்ததுனு கேட்டுட்டுப் போறாரு. அப்போது செல்லம்மா சொல்றாங்க, "அவருடைய செய்கையைக் கண்டுநான் வெட்கப்படுவதா, கோவப்படுவதா. அவரைத் திட்டுவதா. இல்லை அழுவதானு தெரியல. ஆனால் எப்போதும் போல் அவர்மீது காதல் வயப்பட்டேன்." சொல்லியிருப்பாருங்க. மன்னிப்பது என்பது காதலின் இயல்புதானே.

அதனால்தான் விக்னேஷ் சிவன் எழுதியிருப்பாரு...

**"நான் பிழை... நீ மழலை...**
**எனக்குள் நீ இருந்தால் அது தவறே இல்லை...**
**நீ இலை... நான் பருவ மழை...**
**சிறு சிறு துளியாய் விழும் தருணம் இல்லை..."**

காதல் ஆபத்தானதா, அழகானதா, அபத்தமானதானு கேட்டா, காதல் அதிசயமே அசந்து போகும் அதிசயமானது!

★★★

# நமது குறைகளை நிறைக்கிறது காதல்!

**தன்னைத் தொலைத்துக் காட்சியைத் தேடுகிறது, காதல்!**
**இதயத்தைத் தொலைத்து சுவாசத்தைத் தேடுகிறது, காதல்!**
**பாதையைத் தொலைத்துப் பயணத்தைத் தேடுகிறது, காதல்!**
**பிறப்பைத் தொலைத்து உயிர்ப்பைத் தேடுகிறது, காதல்!**

அத்தகைய காதல் கொண்டு உங்களை வரவேற்கிறேன்.

நண்பா, கடவுளுக்கு என்மீது என்ன கோவம்னு தெரியல. படைக்கும்போது இரண்டு கால் இல்லாமலே படச்சுட்டான். இதனாலேயே எனக்கொரு தாழ்வு மனப்பான்மை இருந்துகிட்டே இருக்கும். ஆனா, இப்போ எனக்கொரு பொண்ண பிடிச்சிருக்கு நண்பா... நான் போய் அவளிடம் என் காதலைச் சொல்லணும்னு நினைக்கிறேன். ஆனால், எதனாலோ அவளிடம் என்னுடைய காதலை வெளிப்படுத்த முடியல நண்பா. இந்தக் காதல் குறைகளைப் பார்க்குமான்னு கேட்டிருந்தாரு.

ஒரு உண்மையைச் சொல்லட்டுமாங்க. வைரமுத்து ஐயா சொல்வாரு...

**“காதல் ஜோதி உதிர்வதில்லை**
**காதல் என்றுமே குற்றமே பார்ப்பதில்லை”**னு சொல்வாருங்க.

மனுஷ்யபுத்திரன் சொன்னாரு...

**நானொரு கடற்கண்ணி**
**நான் கடலிலிருந்து எழுகிறேன்.**
**எல்லோரும் என் அழகைப் பார்ப்பதைவிட**
**என் கால்களையே பார்க்கிறார்கள்.**
**எல்லோரும் என் கால்களைப் பார்த்துக் கொண்டிருக்கும்போது**
**நீ மட்டும் என் இதயத்தைப் பார்த்தாய்.**
**அதனாலேயே நான் உன்னைக் காதலிக்கத் தொடங்கினேன்.**
**நீ என்னைக் காதலிக்கும்பொழுதெல்லாம்**
**உன் கால்களை மறைத்துக் கொள்கிறாய்**

உனக்கொரு உண்மை தெரியுமா?
உன் காலோரம் அனைத்துக்கொள்வதற்காகவே
நான் உன்னைக் காதலிக்கிறேன்"னு மனுஷ்யபுத்திரன் சொல்வாருங்க.

அந்தக் காதலியால் பேசமுடியாது. காதலன் போய் தன்னுடைய காதலைச் சொல்கிறான். அவள் பேச முடியாத காரணத்தினாலே அந்தக் காதலைத் தவிர்த்துக்கிட்டே வர்றா. வைரமுத்து ஐயா சொல்வாரு...

"காற்றின் மொழி ஒலியா இசையா
பூவின் மொழி மனமா நிறமா
கடலின் மொழி அலையா நுரையா
காதலின் மொழி விழியா இதழா"னு கேப்பாருங்க.

காதலுக்கு மொழி தேவையா. பேசலைன்னாலும் காதல் அங்கே பேசிக்கிட்டே இருக்கும்னு வைரமுத்து ஐயா சொல்லியிருப்பாரு.

வசந்த் என்ற புதுக்கவிஞர் ஒரு கதையில சொல்லியிருப்பாரு...

அதுவொரு மழைக்காலம். பேருந்துல போய்க்கிட்டிருக்கும்போது மழை பேஞ்சா யாரும் ஜன்னல் ஓரமா உட்காரமாட்டாங்க. ஆனால், மழை பெய்யும்போதுதான் பேருந்துல பயணிக்கும்போது ஜன்னல் ஓரமா உட்கார்ந்து, மழையோடு விளையாடிட்டே இருப்பேன். என் சீட்டுக்கு எதிர் சீட்டுல இருந்த பொண்ணு என்னைப்போலவே மழையில விளையாடிட்டு இருந்தா... என்னைப்போலவே விளையாடிட்டு இருக்குற அந்தப் பொண்ணு யார்னு பாத்துகிட்டே இருந்தேன். ஆனால், அந்தப் பெண்களுக்கு என்ன சைக்காலஜியோ தெரியல. நம்ம ஒருத்தரைப் பாத்தோம்னா நம்மள ஒருத்தன் பாக்குறான்னு உடனே தெரிஞ்சி அவங்க திரும்பி என்னைய பாக்கத் தொடங்குனாங்க. நானும் அவங்கள பாத்தேன். அவங்களும் என்னைய பாத்தாங்க. ஒரு குழந்தைத்தனமான புன்னகையை வீசிவிட்டுத் திரும்பிட்டா.

இன்னும் கொஞ்ச நேரம் கழிச்சி, நான் அவளைத்தான் பார்க்கிறேனா என்று தெரிந்துகொள்வதற்காக மீண்டும் என்னைப் பார்த்தாள். நான் அவளைத்தான் பார்க்கிறேன் என்று தெரிந்தவுடன் வெட்கத்துடன் ஒரு பார்வையை வீசிவிட்டுத் திரும்பிவிட்டாள். இன்னும் கொஞ்ச நேரம் கழித்து எங்கேயோ பார்ப்பதுபோல பார்த்துக்கொண்டே அப்படியே நான் அவளைப் பார்க்கிறேனா என்று அவள் பார்த்தாள். நான் அவளை மட்டுமே பார்த்துக் கொண்டிருந்தேன். கோவத்தோடு ஒரு புன்னகையை வீசிவிட்டுத்

திரும்பினாள். அந்தக் கோபத்தின் கணம் தாங்காமல் நான் மழையைத் துணைக்கு அழைத்துக்கொண்டேன். பேருந்து ஒரு நிறுத்தத்தில் போய் நின்றது.

ஒரு அம்மா ஒரு குழந்தையோடு அந்தப் பேருந்துல ஏறுனாங்க. அந்தப் பெண்ணைப் பார்த்து சீட்டுல எடம் குடுக்க முடியுமான்னு கேட்டாங்க. இந்தப் பெண் உடனே தட்டுத்தடுமாறி எழுந்திருக்க முயற்சி பண்ணா. எழுந்திருக்க முடியாமல் துவண்டுபோய் கீழே அப்படியே உட்கார்ந்துவிட்டாள். ஆமாங்க. அந்தப் பெண்ணுக்குக் கால்கள் இல்லை. அந்தப் பேருந்தே அவளைப் பரிதாபமாகப் பார்த்துக் கொண்டிருந்தது. அந்தப் பெண்ணோ கூனிக்குருகித் திரும்பவும் ஜன்னல் அருகே போய் உட்கார்ந்து கொண்டாள். அவளுக்கிருந்த அந்தப் புன்னகையெல்லாம் பறந்து போயிருச்சி. ஜன்னலைத் தவிர வேறு எங்குமே அவள் பார்க்கவில்லை. மழையை மட்டுமே பார்த்துக்கொண்டே வந்தாள். கொஞ்ச நேரம் கழிச்சி என்ன தோனுச்சோ தெரியல. திடீர்னு திரும்பி நான் அவளைப் பார்க்கிறேனான்னு என்னைப் பார்த்தாள். நான் ஜன்னலை சாத்திவிட்டு அவளை மட்டுமே பார்த்துக்கொண்டிருந்தேன். பறந்து போயிருந்த அந்தப் புன்னகை மீண்டும் வந்து அவளின் இதழில் ஒட்டிக்கொண்டது. என்னைப் பார்த்து அவள் புன்னகைத்தாள். நானும் அவளைப் பார்த்துச் சிரித்தேன். இருவருக்குள்ளும் ஒரு ஆகச்சிறந்த காதல் அந்தத் தருணத்தில் முளைத்தது. பேருந்து பயணத்தில் தொடங்கிய எங்கள் காதல் வாழ்க்கைப் பயணமாய் 10 வருடம் வெற்றிகரமாய் நடந்துகொண்டிருக்கிறதுன்னு வசந்த் அவர்கள் அந்தக் கதைய முடிச்சிருப்பாருங்க.

வீட்டுக்குள்ளே நுழையிறதுக்குத்தான் கால்கள் தேவை.

இதயத்திற்குள் நுழைவதற்குக் காதல் மட்டுமே தேவை.

★★★

# காதலின் அருமை பிரிவில், மனைவியின் அருமை மறைவில்!

**சித்திரை மாதத்தை ஜில்லென்னு ஆக்குகிறது, காதல்!**
**முட்செடிகளையெல்லாம் முல்லைப் பூவாய் மாற்றுகிறது காதல்!**
**வறட்சியான இயத்துள் புரட்சியாய் நுழைகிறது காதல்!**

அத்தகைய காதல் கொண்டு உங்களை வரவேற்கிறேன்.

ஒரு ஐயா கேட்டிருந்தாரு. தம்பி, எனக்கு உன்னோட அப்பா வயதிருக்கும். என்னுடைய மனைவி இறந்து 5 வருஷமாச்சி. அவள் என்னோடு நேரில் இருந்ததைவிட, நினைவில்தான் அவளை அதிகமாகக் காதலிக்கிறேன். இந்தக் காதல் நிஜத்தில் அதிகம் இருக்கிறதா? இல்லை, நினைவில் அதிகம் இருக்கிறதான்னு கேட்டிருந்தாரு.

வைரமுத்து ஐயா சொல்வாரு...

**“காதலின் அருமை பிரிவில்,**
**மனைவியின் அருமை மறைவில்**
**நீரின் அருமை அறிவாய் கோடையிலே**”ன்னு வைரமுத்து ஐயா சொல்லியிருப்பாருங்க.

பக்கத்துல இருந்தவர்கள் இப்போது இல்லாதபோது அதுவொரு ஏக்கத்தைக் கொடுக்கிறது. அதுவொரு வெறுமையைக் கொடுக்கிறது.

**பக்கத்தில் நீயுமில்லை**
**பார்வையில் ஈரமில்லை**
**சொந்தத்தில் பாஷையில்லை**
**சுவாசிக்க ஆசையில்லை**
**கண்டு வந்து சொல்வதற்குக்**
**காற்றுக்கு ஞானமில்லை**
**நீலத்தைப் பிரித்துவிட்டால்**
**வானத்தில் ஏதுமில்லை**”ன்னு சொல்லியிருப்பாருல்ல. இந்த ஏதுமில்லாத ஒரு வாழ்க்கையில் ஒரு ஏக்கம் வந்து நுழையும்பொழுது அந்த ஏக்கத்தைத் தவிர்ப்பது இந்த நினைவுகள்தானே.

அதுனாலதானே வாலி ஐயா சொன்னாரு...

**"சந்தித்ததும் சிந்தித்ததும் தித்திட....**
**அம்மாடி நீதான் இல்லாத நானும்**
**வெண்மேகம் வந்து நீந்தாத வானம்**
**தாங்காத ஏக்கம் போதும்... போதும்**
**ராசாத்தி உன்னைக் காணாத நெஞ்சு**
**காத்தாடி போலாடுது"**ன்னு சொல்லியிருப்பாருங்க.

ராம் என்ற சிறுகதையாசிரியர் ஒரு கதையில சொல்லியிருப்பாரு...

நானும், என் தங்கையும் எத்தனையோ முறை எங்க அப்பாவைப் போய் கூப்பிட்டும் அந்தக் கிராமத்துல இருந்து எங்க அப்பா வர மறுத்துக்கிட்டே இருந்தாரு. ஒருமுறை மிகக் கோவத்தோடு போய் நாங்க கேட்டோம். அப்பா, இந்த ஊருல என்னதான்பா இருக்கு? இந்த ஊர்ல பஸ்கூட நுழையாதுப்பா. இந்த வீட்டில் என்னதான்பா இருக்கு? செம்மண் வீட்டையும், செம்மறி ஆட்டையும் தவிர இந்த ஊர்ல வேற என்னப்பா இருக்கு? அம்மாகூட இறந்து 4 வருஷமாச்சி. அம்மாவும் இந்த வீட்ல இல்ல. இன்னும் ஏன்பா இந்த வீட்ல இருக்க? எங்ககூட வந்துருங்கப்பான்னு நாங்க கேட்டோம். அம்மா இந்த வீட்ல இல்லைன்னு யாருப்பா சொன்னது? காலையில நான் எந்திருக்கும்போது "ஏனுங்க"னு சொல்லக்கூடிய அவளின் குரல்தான் என்னை எழுப்பிக்கிட்டே இருக்கு.

பஞ்சாரக்கூடை பக்கத்துலதான் அவ படுத்திருப்பா. அவ படுத்த பாயை நான் இன்னும் சுருட்டவே இல்லை. அந்தப் பாய் அப்படியேதான் இருக்கு. வீட்ல அவள் ஏத்தி வச்ச விளக்கு அணையவே இல்லைபா. அது எரிஞ்சிகிட்டேதான் இருக்கு. கதகதன்னு களி கிண்டி களியில நல்லெண்ணவிட்டு சுடச்சுட என்கிட்ட தருவாளே. அந்தச் சூடு இன்னும் என் உள்ளங்கையில அப்படியேதான்டா இருக்கு. வயக்காட்டுல நான் வேலை செய்யிற அப்பல்லாம் தூரத்துல உன் அம்மாவுடைய உருவம் சோறெடுத்துக்கிட்டு வர்றா மாதிரியே எனக்குத் தெரிஞ்சிகிட்டு இருக்குபா. உங்க அம்மாவோட நினைவா என்கிட்ட ஒரு போட்டோகூட இல்லை. ஒரு போட்டோவாலெல்லாம் நினைவுகளைத் தங்க வச்சிட முடியுமான்னு தெரியல. இந்த வீடும் நம்ம வயக்காடும் இந்த ஊரும் உங்க அம்மாவை எனக்கு நினைவுபடுத்திக்கிட்டே இருக்கு. இந்த வீட்ல இருக்கக்கூடிய சுவரெல்லாம் உன் அம்மாவோட மூச்சிக்காத்துதான் ஒட்டிக்கிட்டு இருக்கு. அந்த மூச்சுக் காத்துலதான்டா நான் உயிர் வாழ்ந்துகிட்டு

இருக்கேன். என்னை இந்த வீட்ட விட்டுப் பிரிச்சிட்டுப் போய் கொன்னுடாதிங்கப்பான்னு சொன்னாரு.

பெரியவங்க எத்தனையோ பேரு பிள்ளைங்களோட காதலைப் பிரிச்சி வைச்சிருக்காங்க. ஆனால், பிள்ளைகளான நாங்க எங்கள பெத்தவங்களாகிய உங்க காதலைப் பிரிச்சிடக்கூடாதுன்னு சொல்லி எங்க அப்பாவை நாங்க அங்கேயே விட்டுட்டு வந்துட்டோம்னு ராம் அந்தக் கதைய முடிச்சிருப்பாருங்க.

நினைவில் காடுள்ள மிருகத்தைப் பழக்க முடியாது.

நினைவில் காதலுள்ள மனிதனைப் படிக்க முடியாது.

# நான் விரும்பும் பெண்ணை, என் நண்பனும் காதலித்தால்!

**காதல் மனதைக் கலைத்துவிடுகிறது.**
**காதல் நினைவைத் தொலைத்துவிடுகிறது.**
**அன்பிற்கு உருவம் தந்து அழைத்து வருகிறது.**
**அழிக்க நினைப்பவர் கைகளிலிருந்து பிழைத்துவிடுகிறது.**

ஒரு தம்பி கேட்டிருந்தாரு. அண்ணா, என் க்ளாஸ்ல படிக்கிற பொண்ண எனக்கு ரொம்ப பிடிச்சிருக்குண்ணா! என் நண்பனுக்கும், அந்தப் பெண்ணையே பிடிச்சிருக்கு! எனக்கு என்ன பண்றதுன்னே தெரியல. நான் இப்போ என் காதலைச் சொல்வதா? இல்லை, நட்பில் வெல்வதான்னு கேட்டிருந்தாரு.

**உண்மைய சொல்லட்டுமா?**
**எந்தவொரு விஷயத்தையும் ஏற்றுக்கொள்வது காதல்!**
**எந்தவொரு விஷயத்தையும் மன்னிப்பது நட்பு!**

உங்களைப்போலவே ஒரு கல்லூரி மாணவன் ஒரு பெண்ணை விரும்புகிறான். அவனுடைய நண்பனும், அதே பெண்ணை விரும்புகிறான். அந்தச் சூழ்நிலைக்கு வாலி எழுதியிருப்பாரு...

**“கண்ணே கண்ணே காதல் செய்தாய்**
**காதல் எனும் பூவை நெய்தாய்**
**நண்பன் அந்தப் பூவைக் கொய்தால்**
**நெஞ்சே நெஞ்சே நீயென் செய்வாய்...**
**ஓ வெண்ணிலா... நீ இரு வானிலா**”னு கேள்விக் கேட்டிருப்பாருங்க.

இன்னும் கொஞ்சம் ஆழமாகப் போய் வேறொரு பாடலில் கேள்விக்குப் பதிலாக,

**“வெண்மதி வெண்மதியே நில்லு,**
**நீ வானுக்கா மேகத்துக்கா சொல்லு**
**வானம்தான் உன்னுடைய இஷ்டம் என்றால்**
**மேகத்துக்கில்லை ஒரு நஷ்டம்**”னு வாலி எழுதிருப்பாருங்க.

காதலிப்பதா வேண்டாமா, யாரைக் காதலிப்பது என்ற முடிவை அந்தப் பெண்ணிடமே விட்டிருப்பாருங்க வாலி ஐயா.

ராம் ஒரு சிறுகதையில எழுதியிருப்பாரு...

சாரு எல்லாவற்றுக்கும் கூச்சப்படுவாள். அவள் யாரிடமும் பேசமாட்டாள். ஆனால் அவளுக்கு எங்கள் வகுப்பில் படிக்கும் ரகுவைப் பிடித்துப் போனது!

அவனுக்குப் பிடித்ததைச் சமைத்து வந்து அவனிடம் கொடுக்க முடியுமா? எனக் கேட்டாள். நானும் கொடுத்தேன்.

கால்லூரியின் *Project*-ஐ அவனுக்காக இவள் எழுதி வந்து அவனிடம் கொடுக்க முடியுமா? எனக் கேட்டாள். நானும் சாருவுக்காகக் கொடுத்தேன்!

அவனுக்குப் பிடித்தது போல் ஒரு சட்டை வாங்கி, அவனிடம் இதைக் கொடுக்க முடியுமா? எனக் கேட்டாள். நானும் சாருவுக்காகக் கொடுத்தேன்!

ஒரு நாள் ஒரு *Greeting Card* வாங்கி, ரோஜாவை அதில் வைத்து அவனிடம் கொடுக்க முடியுமா? எனக் கேட்டாள். நானும் கொடுத்தேன். ஆனால், அவனோ நானே என் காதலைச் சொல்ல நினைத்தேன். உன்னை எனக்கு மிகவும் பிடித்திருக்கிறது திவ்யா என அவன் காதலை என்னிடம் சொன்னான்.

என்னால் மறுக்க முடியவில்லை. எனக்கும் அவனைப் பிடித்திருந்தது.

சாரு என்னிடம் சொன்னதையெல்லாம் நான் ரகுவிடம் சொல்லிவிட்டேன். ஆனால் ரகு என்னிடம் சொன்ன இந்த ஒன்றை மட்டும் நான் எப்படிச் சாருவிடம் சொல்வது?

நீங்கள் உதவ முடியுமான்னு கேட்டு அந்தக் கதையை முடிச்சிருப்பாருங்க.

**விதியெழுதும் வார்த்தைக்கு விதிமுறைகள் கிடையாது.**
**விழிபேசும் காதலுக்கு வழிமுறைகள் கிடையாது.**
**நட்பின் விதிமுறைகள் காதலுக்குப் பொருந்தாது.**
**யாரை இழந்தாலும் காதல் அதற்கு வருந்தாது!**

★★★

## காதல் பிரிவிற்குக் காரணம் எதிர்ப்பா?

அடைபடும்போது இன்பத்தையும்
விடுபடும்போது துன்பத்தையும்
உடன்படும்போது உற்சாகத்தையும்
முரண்படும்போது மொத்தத்தையும் தருகிறது காதல்.
அத்தகைய காதல் கொண்டு உங்களை வரவேற்கிறேன்.

ஒரு நண்பர் கேட்டிருந்தாரு. நண்பா, இன்றைய சூழ்நிலையில் காதலித்துப் பிரிபவர்கள் இன்றைக்கு அதிகமாய் உள்ளனரே... எந்த எதிர்ப்பும் இன்றிக் காதல் காதலர்களாலே முறிகிறதே... இந்தக் காதல் பிரிவுக்குக் காதலர்கள்தான் காரணமா?

உண்மையைச் சொல்லட்டுமா?

எதிர்ப்பு இருக்குமிடத்தில்கூட காதல் வெல்கிறது. ஆனால், எதிர்பார்ப்பு இருக்குமிடத்தில் காதல் கொஞ்சம் தடுமாறத்தானே செய்கிறது.

அதனால்தான் நா.முத்துகுமார் சொன்னாரு...
"ஒரு கல்... ஒரு கண்ணாடி...
உடையாமல் மோதிக் கொண்டால் காதல்
ஒரு சொல்... சில மௌனங்கள்...
பேசாமல் பேசிக்கொண்டால் காதல்"னு சொன்னாரு.

அந்தக் காதலி தினமும் அவனை வார்த்தைகளாலும் செயல்களாலும் காயப்படுத்திட்டே இருக்கா. இருந்தாலும் அவளை விட்டுப் போக முடியல. அந்தக் காதலன் சொல்றானாம்...

"திமிருக்கு மறுபெயர் நீதானே
தினம் தினம் உன்னால் இறந்தேனே
மறந்திட மட்டும் மறந்தேனே..!
புன்னகை செய்தால் உயிர்வாழ்வேன்
புறக்கணித்தால் நான் என்னாவேன்

**பெண்ணே எங்கே நான் போவேன்**
**கடும் விஷத்தினை எடுத்துக் குடித்தாலும்**
**கொஞ்ச நேரம் கழித்தே உயிர் போகும்**
**இந்தக் காதலில் உடனே உயிர் போகும்...**
**காதல் என்றால் பெண்ணே சித்ரவதைதானா?"**னு

அந்தக் காதலன் கேட்பதாக நா.முத்துகுமார் எழுதியிருப்பாருங்க.

வசந்த் என்ற புதுக்கவிஞர் சொல்வாரு...

**"எல்லோரிடமும் சிரித்துப் பேசுகிறாய்...**
**என்னிடம் மட்டும் எப்பொழுதும் கோபித்துக்கொள்கிறாய் என்று**
**கேட்கும் என்னவளிடம்**
**நான் எப்படிச் சொல்வது?**
**நீ ஆயிரத்தில் ஒருத்தி அல்ல.**
**என் ஆன்மாவின் உயிர்த்தீ என**
**நான் எப்படிச் சொல்வேன்?"**னு கேட்டிருப்பாருங்க.

ராம் என்ற சிறுகதையாசிரியர் ஒரு கதை எழுதிருப்பாருங்க...

என் பெயர் ரவி. எனக்குத் திருமணம் முடிந்து 30 வருடமும் முரிந்து 25 வருடமும் ஆகிறது.

கல்லூரியில் தொடங்கிய காதல், *High Court*-இல் முடிந்தது.

பேசிப் பேசித் தொடங்கிய எங்கள் காதல் எங்களுக்குள் பேச்சில்லாமல் நின்றது...

ஊராரைக் கூட்டி நடந்த திருமணம் ஒருவருக்கும் சொல்லாமல் பயணத்தை முடித்தது!

சத்தம் போட்டுப் பேசியதால் காதல் வரம் கலவரமானது...

நானாவது பேசாதிருந்திருக்கலாம்... நீயாவது பேசியிருக்கலாம்.

25 ஆண்டுகளைக் காலம் தின்றுவிட்டது.

உனக்கொன்று தெரியுமா?

நீ தலை வாரும் சீப்பு 25 வருடமாய் நம் வீட்டில் அப்படியே இருக்கிறது.

நீ கட்டிக்கொண்ட புடவை 25 வருடமாய் உனக்காகக் காத்திருக்கிறது.

நீ விட்டுச் சென்ற பொட்டு 25 வருடமாய் என்னைச் சுட்டுக் கொண்டிருக்கிறது.

நீ பேச மாட்டேன் எனச் சென்றாய், ஆனால் 25 வருடமாய் தினமும் பேசிக்கொண்டேதான் இருக்கிறாய்.

நானாவது பேசாதிருந்திருக்கலாம்... நீயாவது பேசியிருக்கலாம்.

நம் மகளின் திருமணப் பத்திரிகையை Whats app-இல் அனுப்ப மனம் வந்ததே... அதுவே போதும்!

மகளை மணமேடையில் பார்த்தது மகிழ்ச்சி!

கூட்டத்தில் இருந்தாலும் அப்பாவாய் நெகிழ்ச்சி!

யாரையோ பார்ப்பது போல் நீ கடந்ததுதான் அதிர்ச்சி!

காலம் காயத்தைக் கலையவில்லையா?

என் முகம் உன் மனதில் நுழையவில்லையா?

முரண்பாடுதான் காதலின் உடன்பாடு எனப் புரியவில்லையா?

நானாவது பேசாதிருந்திருக்கலாம்... நீயாவது பேசியிருக்கலாம்...

என் மனக்கதவும், வீட்டுக் கதவும் இன்றைக்கும் உனக்காகத் திறந்தே இருக்கிறது.

அப்படியே அந்தக் கதையை முடித்துவிடுகிறார்.

காகிதமும், பேனாவும் சந்திக்குமிடத்தில் கவிதை பிறக்கிறது.

அந்தக் காகிதம் கிழியாமல் இருந்தால்தான் கவிதை நிலைக்கிறது!

★★★

## ஒருதலைக் காதல்... காதலில்லையா?

காதல் சில எழுத்துக் காவியம்
சில வினாடி ஓவியம்
ஒரு அங்குல மின்னல்
பெயரில்லா உயிரினம்
வல்லினம், மெல்லினம், இடையினம்
மூன்றும் சேர்ந்த அழகினம், காதல்!

அத்தகைய காதல் கொண்டு உங்களை வரவேற்கிறேன்.

ஒரு நண்பர் கேட்டிருந்தாரு. நண்பா, இருவரும் ஒருவருக்கொருவர் காதலித்தால்தான் அது காதலா? ஒருதலைக்காதல் காதலில் சேராதா? அவர்கள் ஏற்றுக் கொள்ளவில்லை என்றாலும் One side Love-வும் காதல்தானேன்னு கேட்டிருந்தாங்க.

மனுஷ்யபுத்திரன் சொல்வாரு...

திறக்கப்படாத கதவுகளைச் சத்தம் வராமல் சிலர் சத்தமில்லாமல் தட்டிக்கொண்டே இருக்கிறார்கள்...!"னு கவிதையில சொல்வாரு.

அந்தக் கதவு திறக்கவே திறக்காது. இருந்தாலும், நான் அதைத் தட்டிக் கொண்டே இருப்பேன் என்பதுதானே ஒருதலைக் காதல்.

அதனால்தானே வைரமுத்து ஐயா எழுதிருப்பாரு...

"வானம் எங்கும் உன் பிம்பம்
ஆனால், கையில் சேரவில்லை.
காற்றில் எங்கும் உன் வாசம்
வெறும் வாசம் வாழ்க்கையில்லை
உயிரை வேரோடு கிள்ளி,
என்னைச் செந்தீயில் தள்ளி,
எங்கே சென்றாயோ கள்ளி...
ஓயும் என் ஜீவன் ஓயும் முன்னே
ஓடோடி வா"ன்னு எழுதியிருப்பாரு.

வாலி இன்னும் ஒருபடி மேலே போய்...

"காதலின் அவஸ்தை எதிரிக்கும் வேண்டாம்
நரகச் சுகமல்லவா?
காதல் இருக்கும் பயத்தினில்தான்
கடவுள் பூமிக்கு வருவதில்லை...
மீறி அவன் பூமி வந்தால்,
தாடியுடன்தான் அலைவான், வீதியிலே" என்று எழுதியிருப்பாருங்க.

வசந்த் சிறுகதையாசிரியர் ஒரு கதையில எழுதியிருப்பாருங்க...

அவளிடம் எனக்குப் பிடித்த விஷயமே அவள் அப்படியொரு அழகி என்பது அவளுக்கே தெரியாது. அது மட்டும்தான் தெரியாது. மற்ற எல்லாம் தெரியும்.

வகுப்பில் ஆசிரியர்கள் பாடம் எடுக்கும்போது நண்பர்களோடு பேசும்போது, நான் அவளைப் பார்த்தே சிரிப்பேன்!

நான் அவளுக்காகச் சிரிக்கிறேன் என்பது அவளுக்குத் தெரியும்.

வீட்டிலிருந்து கல்லூரி வரும் வழியில் என் பெயரையும், அவள் பெயரையும் கள்ளிச் செடியில் எழுதி வைத்தேன்..!

நான்தான் எழுதினேன் என்பது அவளுக்குத் தெரியும்.

கல்லூரி முடிந்து அவள் வீடு செல்லும் வரை சைக்கிளில் அவளைப் பின்தொடர்வேன். நான் அவளுக்காகத்தான் வருகிறேன் என்பது அவளுக்கு நன்றாய்த் தெரியும்.

மேற்படிப்பதற்காகப் பட்டிணத்திற்குக் கிளம்பியபோது காரவீட்டுத் திண்ணையில் அவளைப் பார்த்துவிட்டுச் சென்றேன். நான் அழுதது அவளுக்குத் தெரியும்.

பார்த்தது, சிரித்தது, அழுதது என எல்லாம் தெரிந்த அவளுக்கு நான் காதலித்தது மட்டும் தெரியவே இல்லை.

2 வருடம் கழித்து... ஊருக்குச் சென்றேன்.

அவள் தந்தை இறந்தது எனக்குத் தெரியவில்லை.

அவள் தாய்மாமன் அவளைத் திருமணம் செய்துகொண்டதும் எனக்குத் தெரியவில்லை.

நான் அவள் வீட்டிற்குச் சென்றேன். எதற்கு என்று தெரியவில்லை.

நலம் விசாரிப்புக்குப் பிறகு தொட்டுவிடக்கூடாது என்ற பயத்தில் அவளும், பட்டுவிடக்கூடாது என்ற பயத்தில் நானும் அந்தக் காபி டம்பளரை எப்படி வாங்கினேன் எனத் தெரியவில்லை.

போகும்போது அவள் கணவன் தெரு முக்கில் நீங்களே அவளைத் திருமணம் செய்திருக்கலாம் என்று சொல்லிச் சென்றார்! ஏன் அப்படிச் சொன்னார் தெரியவில்லை. என்னுடைய காதல் இவருக்கு எப்படித் தெரியும் என எனக்குத் தெரியவில்லை. அந்தக் கதையை இப்படி முடிச்சிருப்பாரு.

**ஒரு கை தட்டினால், ஓசை வருமா என்று தெரியவில்லை.**

**ஒரு மனம் துடித்தாலும் காதல் கண்டிப்பா மலரும்.**

★★★

# காத்துவாக்குல ரெண்டு காதல் சாத்தியமா?

**காதல் அழகைக் கண்ணாடியில் பார்ப்பதில்லை**
**கவிதையில் பார்க்கிறது.**
**காதல் சில சமயம் பரவசப்படுத்துகிறது**
**பல சமயம் பாடாய்ப் படுத்துகிறது.**

அத்தகைய காதல் கொண்டு உங்களை வரவேற்கிறேன்.

ஒரு தோழி கேட்டாங்க... நண்பா, இப்பயொரு படம் வந்துருக்கே... ஒருவர் இரண்டு பேரை உளமாற காதலிப்பது போல... ஒருவர் இரண்டு பேரைக் காதலிப்பது சாத்தியமா? காத்துவாக்கில் இரண்டு காதல் வருமா?

கண்ணதாசன் ஐயா சொல்வாரு...

**"ஒருமுறைதான் காதல் என்பது பழைய பண்பாடு**

அந்த ஒருமுறைதான் எதுவென்ற கேள்வி இப்போது"னு அழகா எழுதிருப்பாரு.

அவர் ஒரு பாடகர், தன்னைப்போல இசையில் ஆர்வமுள்ள ஒரு பெண்ணை, தன் மனைவியை எத்தனை தூரம் காதலிக்கிறாரோ அப்படியே இருவரையும் காதலிக்கிறார்.

சிந்து பைரவி படத்தில் வைரமுத்து ஐயா எழுதிருப்பாரு...

**"உள்ளம் அழுதது... உன்னைத் தொழுதது...**
**உனது உயிரில் இவன் பாதி**
**கங்கை தலையினில் மங்கை உடலினில்**
**சிவனும் இவனும் ஒரு ஜாதி**
**ராமன் ஒருவகை கண்ணன் ஒருவகை**
**இரண்டும் உலகில் சம நீதி**
**அங்கே திருமகள் இங்கே மலைமகள்**
**அவளும் இவளும் சரிபாதி..."**ன்னு எழுதிருப்பாருங்க.

ராம் ஒரு சிறுகதையில் சொல்லியிருப்பாரு...

ஊட்டி ஒவ்வொரு முறையும் எனக்கொரு புது அனுபவத்தைக் கொடுத்துக்கொண்டே இருக்கிறது. ஆனால் இந்த முறை ஊட்டி என்னை வாட்டி எடுத்தது.

ஏரிக்கரையில் நானும், என் மனைவியும் படகில் செல்லும்போது ஒரு படகு எங்களை உரசுவது போல் வந்து விலகிச் சென்றது.

நான் அந்த உருவத்தைப் பார்த்தேன். அது பவானிதான். அவளும் என்னைப் பார்த்துக்கொண்டே நகர்ந்தாள். ஏதும் பேசவில்லை.

ஒட்டிச் செல்வது போல் வந்து விலகிச் செல்வது அவளுக்குப் புதிதல்ல.

ஏன் ஒரு மாதிரி இருக்கிறாய் எனக் கேட்ட என் மனைவியிடம் எப்படிச் சொல்ல..!

பவானி என்னோடு படித்தவள் என்று,

எனக்கு மிகவும் பிடித்தவள் என்று,

ஒரு காலத்தில் என் இதயமாய் துடித்தவள் என்று,

வித்யா, என்னிடம் காதலைச் சொன்னபோதுதான், பவானியும் என்னிடம் காதலைச் சொன்னாள்.

பெருவழியின் பேரன்பை ஒரு வழியில்தான் வரவேண்டும் என்று எப்படிச் சொல்வது?

நான் இருவரின் காதலையும் ஏற்றுக் கொண்டேன். நான் இப்போது என் மனைவியை எப்படி நேசிக்கிறேனோ, அப்படி அப்போது நான் இருவரையும் நேசித்தேன்.

ஒருவரையும் காதலிக்காதபோது!
இருவரும் காதலித்தார்கள்.
நான் இருவரையும் காதலிக்கிறேன் எனத் தெரிந்தபோது,
இருவருமே சென்றுவிட்டார்கள்!

ஊட்டியில் ஒரு ஸ்வட்டர் கடையில் என் மனைவி ஒரு Woolen Sweatter எடுத்தாள்... கடைக்காரரோ... அதை அவர்கள் ஏற்கனவே எடுத்துவிட்டார்கள் எனச் சொன்னார். நான் அந்தப் பெண்ணைப் பார்த்தேன். அது வித்யா! அதிர்ச்சிக்கு மேல் அதிர்ச்சி!

ஆம். என் மனைவி தேர்ந்தெடுப்பதற்கு முன்பே அவள் தேர்ந்தெடுத்திருந்தாள். ஆனால் அதை என் மனைவிக்கு விட்டுக் கொடுத்துவிட்டாள். எனக்காக விட்டுக் கொடுத்தாள், அப்போது என்னையும் இப்போது ஸ்வட்டரையும்!

என்னைப் பார்த்துக்கொண்டே மெல்லிய புன்னகையோடு அந்த இடத்தை கடந்து சென்றுவிட்டாள்.

இந்தக் காதலின் விளையாட்டு புரியவேயில்லை. யாரைப் பார்க்கவே முடியாதென்று நினைத்தேனோ, அவர்களை ஒரே நேரத்தில், ஒரே இடத்தில், ஒரே சந்தர்ப்பத்தில் இருவரையும் பார்க்க வைத்து இந்தக் காதல் விளையாடுகிறதேன்னு ராம் அந்தக் கதையில முடிச்சிருப்பாரு.

காதலிடம் ஒரேயொரு வேண்டுகோள்தான்...

நான் அவர்கள் இருவரையும் சந்தித்த வரை அது விளையாட்டு!

அவர்கள் இருவரும் சந்தித்துக்கொண்டால், விளையாட்டு விபரீதமாகிவிடும்னு அந்தச் சிறுகதையை முடிச்சிருப்பாருங்க.

கண்கள் இரண்டு என்றாலும் பார்வை ஒன்றுதானே!

கால்கள் இரண்டு என்றாலும் பயணம் ஒன்றுதானே!

இதயம் இரண்டு என்றாலும் காதல் ஒன்றுதானே!

இந்தக் காதல் ஒரு காற்றாய் இருக்கிறது.

ஒருவழிப் பாதையில் வர சில சமயம் மறுக்கிறது.

இந்தக் காதல் நீராய் இருக்கிறது.

ஊற்றும் இடத்திற்கேற்றாற்போல் இயல்பை மாற்றிக்கொள்கிறது.

இந்தக் காதல் நெருப்பாய் இருக்கிறது.

தன்மீது விழும் விமர்சனங்களை எரித்தே அழித்துவிடுகிறது.

★★★

# காதலி பின்னால் சுற்றுவது சுகமா? சுமையா?

**பூமிப்பந்தின் ஈர்ப்புவிசை, காதல்!**
**பௌர்ணமி நிலவின் விழியீர்ப்பு விசை, காதல்!**
**மார்கழி மாதத்தின் பனித்துளி, காதல்!**
**மனதுக்குள் தகிக்கும் துயிர்த்துளி, காதல்!**

அத்தகைய காதல் கொண்டு உங்களை வரவேற்பது, ஆர்.கே.

ஒரு நண்பர் கேட்டிருந்தாரு. ஒரு பெண்ணைக் காதலிக்க வைக்க அவள் பின்னால் சுத்திக் கொண்டேயிருப்பது வலியில்லையா? காதல் பின்னாலும், காதலி பின்னாலும் சுற்றுவது சுகமானதா? சுமையானதா?ன்னு கேட்டிருந்தாரு.

ஒரு உண்மையைச் சொல்லட்டுமாங்க. எல்லோருக்கும் 1008 வேலைகள் இருக்கும். காதலிப்பவர்களுக்கோ காதலிப்பதையும் சேர்த்து 1009 வேலைகள் இருக்கிறது!

ஏன் தெரியுமா, காதலியைப் பின்தொடருறாங்க? எத்தனை பெண்கள் இருக்கிறார்களோ, அத்தனை பேரையும்விட இவள் எப்படி வித்யாசமாய் இருக்கிறாள்னு தெரிந்து கொள்வதற்காகவே அவளைப் பின்தொடருராங்களாம்!

ஒரு நல்ல புகைப்படத்தை எடுப்பது காமிரா அல்ல, காதல்கொண்ட கண்கள்தான்!

அதைத்தானே வைரமுத்து ஐயா எழுதியிருப்பாரு...

**"எந்தப் பெண்ணிலும் இல்லாத ஒன்று**
**அது ஏதோ... உன்னிடம் இருக்கிறது.**
**அதை அறியாமல் விடமாட்டேன்**
**அதுவரை உன்னைத் தொடமாட்டேன்...**

சரி, அந்தப் பெண்ணிடம் அப்படி என்னதான் இருக்கிறது?

**கூந்தல் முடிகள் நெற்றி பரப்பில்**
**கோலம் போடுதே, அதுவா?**

**சிரிக்கும்போது கண்ணில் மின்னல்**
**தெறித்து ஓடுதே, அதுவா?**
**மூக்கின் மேலே மூக்குத்திப் போல**
**மச்சம் உள்ளதே, அதுவா?**
**முல்லை நிறத்துப் பற்களில் ஒன்று,**
**தள்ளி உள்ளதே, அதுவா?**
**சங்கு கழுத்தைப் பாசி மணிகள்,**
**தடவுகின்றதே, அதுவா?**
**ஒவ்வொரு வாக்கியம் முடியும்போது**
**புன்னகை செய்வாய், அதுவா?**
**ஓரிரு வார்த்தைகள் தப்பாய் போனால்,**
**உதடு கடிப்பாய், அதுவா?"**

இவற்றில் எதுன்னே தெரியலைன்னு சொல்லிப் போவார். எல்லோரிடமும் இல்லாதவொன்று என் காதலியிடம் இருக்கிறது... அது என்ன என்று கண்டுகொள்ளத்தான் காதலன் காதலி பின்னால் சுற்றி அலைகிறான்.

பா.சதீஸ் ஒரு கதை எழுதியிருப்பாரு...

குழந்தையின் கைப்பிடித்துத் தாய் ஊர்சுற்றிக் காட்டுவது மாதிரி

காதல் என் கைப்பிடித்து உன்னைச் சுற்றிக் காட்டுகிறது.

உன்னைப் பார்க்கும்போது மனதுக்குள் பட்டாம்பூச்சி பறக்கவில்லை.

மாறாக நானே பறந்துவிட்டேன் பட்டாம்பூச்சியாய்

அவள் போகும்போதும் வரும்போதும் என்னைப் பார்க்க

நான் அவளைப் பார்ப்பதற்காகவே அங்குமிங்கும் போய்வருகிறேன்.

கூந்தலில் காடு

கண்களில் மின்னல்

பார்வையில் மின்சாரம் – அய்யோ அவள் அபாயகரமானவள்!

அவளைத் தாவணியில் பார்த்தபோது தடுக்கி விழுந்தேன்.

சுடிதாரில் பார்த்தபோது சுருண்டு விழுந்தேன்.

சேலையில் பார்த்த போது செத்தே போனேன்.

கோவிலை நீ கடக்கும்போதெல்லாம் கண்ணத்தில் போட்டுக் கொள்வாய்.

அந்தக் கடவுளையே நான் கண்ணுக்குள் போட்டுக்கொள்வேன்.

நூலகத்திற்கு வருகிறாய்... நூலகமும் சரி, நீயும் சரி... அமைதியாய் இருக்கிறது.

ஆனால் உன் அழகு மட்டும் ஆர்பாட்டம் செய்து கொண்டிருக்கிறது.

சூரியனை 365 நாட்களில் பூமி சுற்றி வருகிறது.

ஆனால் இந்நிலவை எத்தனை நாளானாலும் சுற்றி முடிக்க முடியவில்லையேன்னு முடிப்பார்.

காதல் பூவுக்குள் போர்க்களம் செய்கிறது.

போர்க்களத்தில் பூச்செடி வைக்கிறது.

நிலவொளியை நெசவு செய்து

நித்தம் ஒரு ஆடைசெய்து காதலுக்குப் பரிசளிக்கிறது.

★★★

## வருங்கால மனைவியிடம் என்ன எதிர்பார்க்கலாம்?

தேவாலயத்தின் புனிதம், காதல்!
ஆழ்மனதின் ஆர்ப்பாட்டம், காதல்!
ஆழ்கடலின் மௌனம், காதல்!
கற்றைக்கூந்தலில் ஒற்றை ரோஜா, காதல்!

நண்பா... எங்க வீட்டில் எனக்குப் பொண்ணு பார்க்குறாங்க. நான் திருமணம் செய்து கொள்ளப்போகும் பெண்ணிடம் என்ன எதிர்பார்க்கலாம்? எதை எதிர்பார்க்கக்கூடாது? எனத் தெரியவில்லை என்றார்.

உண்மையைச் சொல்லட்டுமா? அடர்ந்த காடு, ஆழ்கடல், அகண்ட வானம், அழகான காதல்... எல்லாமே எதை ஒளித்து வைத்திருக்கிறது. ஆச்சர்யங்களை வைத்திருக்கிறதா, அதிசயங்களை வைத்திருக்கிறதா, ஆபத்தை வைத்திருக்கிறதா என்று அங்கே போனால்தானே தெரியும். அதுதானே வாழ்க்கையினுடைய சுவாரஸ்யம்.

அதுவொரு திருமண மேடை. மணமகனும், மணமகளும் இருக்காங்க. மணமகனுடைய மனநிலையைச் சொல்றாரு.

பக்கத்தில் நிலவை வைத்துக்கொண்டு வானத்தில் அருந்ததி நட்சத்திரத்தையா பார்ப்பது?

பூஞ்சோலையைப் பக்கத்தில் வைத்துக் கொண்டு கையிலிருக்கும் பூச்செண்டை என்ன செய்வது?

வண்ணத்துப் பூச்சியாய் நீ இருக்க, உனக்கு எந்த வண்ணத்தில் புடவை தருவது?

மனதையே உன்னிடம் மாற்றிய பிறகு, எதற்காக இந்த மாலையை மாற்றுவது?

எந்நேரமும் உன் கழுத்தைக் கட்டிக் கொள்ள நானிருக்க, இந்தத் தாலியை என்ன செய்வது?ன்னு கேட்டிருப்பாருங்க.

கண்ணதாசன் ஐயா சொல்வாரு. காதலை நம்பினால் எதில் எதில் எது எது சிறந்ததோ அது அதில் சிறந்தவொன்றையே காதலியாகக் காதல் படைத்துத் தருமாங்க. அவர்கிட்ட கேக்குறாங்க. உங்களுடைய காதலி எப்படிப்பட்டவள்னு. கண்ணதாசன் ஐயா சொல்வாருங்க...

**"காலங்களில் அவள் வசந்தம்**
**கலைகளிலே அவள் ஓவியம்**
**மாதங்களில் அவள் மார்கழி**
**மலர்களிலே அவள் மல்லிகை**
**பறவைகளில் அவள் மணிப்புறா**
**பாடல்களில் அவள் தாலாட்டு**
**கனிகளிலே அவள் மாங்கனி**
**காற்றினிலே அவள் தென்றல்"**னு சொல்லியிருப்பாருங்க.

எது எதில் சிறந்ததோ அதைத்தானே காதல் பெற்றுத் தரும்.

எதிர்பார்ப்பு இருக்குமிடத்தில் ஏமாற்றம் இருக்கும் என்பதை ராம் என்ற சிறுகதையாசிரியர் சொல்வாரு...

அவனுக்கு வீட்ல பெண் பாத்துக்கிட்டிருக்காங்க. அவன் தன்னுடைய வாழ்க்கையின் எதிர்காலத்தை வடிவமைக்கப்போகும் அந்தப் பெண்ணைக் கற்பனையாகக் காண்கிறான்.

அவள் இவள்தான்!

எனக்காகத் தன் முதல் எழுத்தையும் தன் தலையெழுத்தையும் மாற்றப்போகும் அவள் இவள்தான்.

என் பெயருக்கு அவள் உயிரையே பண்டமாற்றம் செய்யப்போகும் அவள் – இவள்தான்!

இன்னும் கொஞ்சம் கவிதை சொல்வேன். கேட்கப்போகிற அவள் – இவள்தான்!

வாழ்வின் பாதி – உணர்வின் மீதி.

கற்பனையின் விருந்து – காயங்களின் மருந்து.

அவள் – இவள்தான்.

நல்ல நேரத்தில் திருமணமும், திருமணத்தில் நல்ல நேரமும் இனிதே முடிந்தது.

எதிர்பார்ப்பிற்கும் – எதார்த்தத்திற்கும் உள்ள வித்யாசத்தைப் புரியவைத்த அவள் – இவள்தான்.

அவள் – இவளேதான் என்று ராம் முடிச்சிருப்பாருங்க.

எதிர்பார்ப்பு இருக்குமிடத்தில் ஏமாற்றங்களும் தந்து விடுகின்றன. உண்மையைச் சொன்னால், எந்த எதிர்பார்ப்பும் இல்லாதபோது, இந்தக் காதல் நமக்குப் பிடிப்பவரைத் தருகிறது. நம்மைப் படிப்பவரைத் தருகிறது. நம்மோடு நடப்பவரைத் தருகிறது. நமக்காகத் துடிப்பவரைத் தருகிறது.

★ ★ ★

# ஐயோ! காதலே இவனை அடக்கி வை!!

**காதல் தூரத்தில் நிற்க வைக்கிறது...**
**தூண்டில் மீனாய்ச் சிக்க வைக்கிறது...**
**அழகிய நிமிடத்தைத் தக்க வைக்கிறது...**
**அடிக்கடி நினைப்பதால் விக்க வைக்கிறது...**

அத்தகைய காதல் கொண்டு உங்களை வரவேற்கிறேன்.

ஒரு தோழி கேட்டிருந்தாங்க. நண்பா, ஆண்கள்தான் காதலைக் கொண்டாடுவதாகவும் துரத்தித் துரத்திக் காதலிப்பதாய்க் காட்டப்படுதே... பெண்கள் காதலின் மேன்மையை ரசித்ததில்லையா? துரத்தித் துரத்திக் காதலிப்பதில்லையான்னு கேட்டிருந்தாங்க.

உண்மையைச் சொல்லணும்னா, ஆண்கள் ஒரு பார்வையாலோ, எழுத்தாலோ, பேச்சாலோ... பரிசாலோ அல்லது நண்பர்களிடம் காதலை இறக்கி வைக்க முடியும். ஆனால் பெண்ணால அது முடியவே முடியாது... யாரிடம் தன் காதல் உணர்வைச் சொல்வதுன்னு தெரியாமல் திண்டாடிக்கிட்டு இருக்காங்களாம்.

அதனால்தானே தாமரை எழுதியிருப்பார்...

காதலனை யாருனே தெரியல. ஆனா அவன் பாடாய்ப் படுத்துறான். இந்தப் பெண் சொல்றாங்களாம்...

**“இவன் யாரோ இவன் யாரோ... வந்தது எதற்காக**
**சிரிக்கின்றான் ரசிக்கின்றான் எனக்கே எனக்காக**
**என்னாச்சு எனக்கே தெரியலையே**
**என் மூச்சின் காய்ச்சல் குறையலையே**
**என்ன இது, என்ன இது இப்படி மாட்டிக்கொண்டேன்**
**இது பிடிக்கிறதா... பிடிக்கலையா**
**யாரிடம் கேட்டுச் சொல்வேன்?”**னு அந்தக் காதலி சொல்வதா தாமரை எழுதிருப்பாங்க. பெண்களின் காதல் வித்தியாசமானது.

பெண்களின் காதலைப் புரிந்துகொள்ள முடியாதுன்னு தபு சங்கர் சொல்வாருங்க...

சின்ன வயதில் நான் தோல்வியை விரும்பியதில்லை. போட்டியை விரும்பினேன். இப்போது போட்டியை விரும்பவில்லை. தோல்வியை விரும்புகிறேன்.

ஒரு நாள் நான் பேசிக் கொண்டிருக்கையில் என் கையைப் பிடித்தாய். உன் கைக்குள் இருக்கும் என் கையை இழுக்கத் துடிக்கும் பெண்மையிலும் வேண்டாம் எனச் சொல்லும் காதலிலும் மாறித் தவிக்கிறது மனது!

என் தோடுகளைக் கழட்டி வீச வேண்டும். அவன் பேசும் காதல் மொழிகளை ஒட்டுக் கேட்பதோடு, அவனில்லாத நேரங்களில் திரும்பச் சொல்லி கேலி செய்கின்றன.

உன்னிடம் எந்தக் கெட்டபழக்கமும் கிடையாதென்பது மகிழ்ச்சிதான். ஆனால் நான் சொல்லிவிட ஒரு கெட்ட பழக்கமும் இல்லையே உன்னிடம் என்பதே வருத்தம்.

அன்று பனியில் நனைந்தான். நான் துண்டை எடுத்துத் தலைக்குப் போர்த்தினேன். தூக்கி எறிந்தான். நான் மீண்டும் போர்த்தினேன். தூக்கி எறிந்தான். நான் கோபத்தோடு திரும்பும்போது என் முந்தானையை எடுத்துப் போர்த்துக் கொண்டான்.

அய்யோ, காதலே இவனைக் கொஞ்சம் அடக்கி வையேன்..! என்று கேட்டுக்கொண்டேன்.

ஒரு நாள் நீ தேவதைதானே என்றான். இல்லையே என்றேன். உன் இமைகள் இமைத்து ஒருமுறைகூட நான் பார்த்ததேயில்லை. தேவதைகள் தான் இமைப்பதில்லை என்று நான் படித்திருக்கிறேன் என்று சொல்லி ஓடிவிட்டான்.

அவன் சொல்வது உண்மைதான். அவனைப் பார்க்கும் போது மட்டும் நான் இமைக்க மறந்துவிடுகிறேன்.

சமூக வலைதளத்தில் அவன் படத்தை எடுத்து அதைப் பார்த்து இமைக்க பயிற்சி செய்தேன்.

வெக்கங்கெட்ட கண்கள் அவன் படத்தையும் இமைக்காமலே பார்த்துத் தொலைகிறது.

காதலே, நான் என்ன செய்ய? என்று காதலி கேட்பதாய் தபு சங்கர் சொல்லியிருப்பாரு.

பெண்களின் காதல் எப்படிப்பட்டதுன்னா,
    மழையைச் சமாளிக்கும் எறும்புகள் போல
    காற்றில் பறக்கும் தும்பிகள் போல
    விடுமுறை நாட்களில் வீட்டில் உள்ள குழந்தைகள் போல
    சக்கரை நோயாளிகளுக்கு விருந்தினர் கொடுக்கும் காஃபி போல
    அழகாகவும் இருக்கிறது... அவஸ்தையாகவும் இருக்கிறது...

★ ★ ★

## காதல் எதைக் கற்றுக் கொடுக்கிறது?

காதல், புகையைப் போல மறைத்தாலும் தெரிந்துவிடுகிறது.
காதல், மணலைப் போல குவித்து வைத்தாலும் கலைந்துவிடுகிறது.
காதல், கனவைப்போல கண்ணை மூடினாலும் நுழைந்துவிடுகிறது.
அத்தகைய காதல் கொண்டு உங்களை வரவேற்கிறேன்.

ஒரு நண்பர் கேட்டிருந்தாரு. நண்பா, இந்தக் காதல் வாழ்க்கையை வடிவமைக்கிறதுன்னு சொல்றீங்களே. காதல் நம்மை மாற்றிவிடுகிறதுன்னு சொல்றீங்களே... காதல் நமக்கு எதைத்தான் கற்றுத் தருகிறது?ன்னு கேட்டிருந்தாரு.

உண்மையைச் சொன்னால், கடந்த கால கஷ்டங்களையும் – எதிர்கால பயத்தையும், நிகழ்கால மகிழ்ச்சியில் கரைக்க கற்றுக் கொடுக்கிறது, காதல்.

தமிழில் சங்க காலம் முதல் தபு சங்கர் காலம் வரை வாழ்வை ரசிக்கச் சொல்கிறது, காதல்.

ரங்கநாதன் தெருவில், நண்பகல் கடற்கரையில், வள்ளுவர் கோட்டத்துப் புற்தரையில், பூங்காவின் பூச்செடியில்... கல்லூரியின் கடைசி பெஞ்சில்... காவியம் எழுத கற்றுத் தருகிறது, காதல்.

அதனால்தான் ஒரு கவிஞர் சொன்னாரு,

> "உன்னையும் என்னையும் பெற்றது காதல்
> உலகப் பந்தின் உயிர்தான் காதல்
> ஊசி முனையின் காதுக்குள்ளே ஒட்டகத்தை நுழைப்பதும் காதல்
> காதின் ஓரம் நரைத்தும்கூட இளமையோடு இருப்பது காதல்"

என்றார்.

காதல், வாழ்வை பரிசாய்ப் பார்க்கக் கற்றுக்கொடுக்கிறது.

தபு சங்கர் சொல்வாரு...

அழகான பொருட்களெல்லாம் உன்னை நினைவுபடுத்துகின்றன. உன்னை நினைவுபடுத்தும் அத்தனையும் அழகாய் இருக்கின்றன.

ஐந்து மணிக்கு நீ வருவாய் என ஐந்து மணிக்காகக் காத்திருந்தேன். ஐந்து மணி வந்ததும் உனக்காகக் காத்திருக்கிறேன்.

நான் காதலிக்கிறேனா? காத்திருக்கிறேனா?

நீ திரும்பிக்கூட பார்க்காமல் என் வாசலைக் கடந்து போனாய்.

ஆனால் என் வாசலுக்கு வந்து எட்டிப் பார்த்துவிட்டுப் போனது உன் நிழல்.

எல்லோரையும் பார்ப்பதற்கென்றொரு பார்வையும், என்னைப் பார்ப்பதற்கென்று ஒரு பார்வையும் வைத்திருக்கிறாய்!

முறைத்தே என் காதலை அணைத்து விடலாமென்று நினைக்கிறாய்! அசடே, பனித்துளி பட்டு அணைந்துவிடுமா எரிமலை?

உனக்கொரு ரோஜாவைப் பரிசளிக்க நினைத்தேன். ஆனால், உன்னை நேசித்த பிறகு, பூக்களைப் பறிக்க மனம் வரவில்லை.

உதிர்ந்தால் பூக்கள் வாடிப் போகின்றன. ஆனால் உன் உதட்டில் உதிரும் புன்னகை வாடாமல் வாழ்ந்துகொண்டே இருக்கிறது.

ஆசிரியர் சத்தம் போட்டுப் பாடம் நடத்துகிறார். நீயோ சத்தமே இல்லாமல் பாடம் நடத்துகிறாய்.

நீயொரு புகைப்படம் கொடுத்தாய் – அது நீயா!
தொட்டால் சிணுங்கவில்லை – அது நீயா!
பக்கம் வந்தால் வெட்கமில்லை – அது நீயா!
கவிதை சொன்னால் என் நெஞ்சில் சாயவில்லை – அது நீயா!
உன் வாசனை அதில் இல்லை – அது நீயா!

இந்தப் புகைப்படத்தை நீயே வைத்துக் கொள். புகைப்படத்தில் நீ இருக்கவே முடியாது.

புகைபடம் வாழ்க்கையை அழகாய் காட்ட உதவுகிறது. காதலோ வாழ்க்கையை அழகாய் வாழ உதவுகிறது.

★★★

# நீ ஒருத்தியா? ஒவ்வொருத்தியா?

காதலில் மட்டும் ஒவ்வொரு நட்சத்திரமும் ஒரு கதை சொல்கிறது. காதலில் மட்டும் கூட்டுப்புழுக்களெல்லாம் வண்ணத்துப் பூச்சிகளாய் மாறி ஒரு கவிதை சொல்கிறது.
காதலில் மட்டும் பகல் வெறுமையையும் இரவுத் தனிமையையும் வாழ்க்கை இனிமையையும் பரிசளிக்கிறதுனு சொல்வாங்க.
அத்தகைய காதல் கொண்டு உங்களை வரவேற்கிறேன்.

ஒரு தோழி கேட்டிருந்தாங்க. நண்பா, நான் ஒருத்தரைக் காதலிக்கிறேன். நான் ஏன் அவனைக் காதலிக்கிறேன்னு என் தோழிகளெல்லாம் என்கிட்ட கேக்குறாங்க. நான் ஏன் அவனைக் காதலிக்கிறேன்னு எனக்குத் தெரியவேயில்லை நண்பா. காதலிப்பதற்கு ஒரு காரணம் தேவையா? காதலிப்பதற்குக் காரணம் சொல்லமுடியுமான்னு கேட்டிருந்தாங்க.

ஒரு உண்மையைச் சொல்லட்டுமா. காதல் என்பது ஆச்சர்யத்தினுடைய அமுத ஊற்றுங்க. ஏன் அவளைக் காதலிக்கிறோம். நான் ஏன் அவனை / அவளைக் காதலிக்கிறேன்னு சொல்லமுடியாமல் இருப்பதுதானே காதலினுடைய ஆச்சர்யத்தின் உச்சமே.

வள்ளுவர் சொல்வாரு.

"முறிமேனி முத்தம் முறுவல் வெறிநாற்றம்
வேல்உண்கண் வேய்த்தோள் அவட்கு"னு சொல்வாரு.

மை தீட்டிய கண்ணா, முத்துப் போன்ற பல் வரிசையா, மூங்கிலைப் போன்ற அவளது தோளா, மாந்தளிர் போன்ற அவளது மேனியா, அந்த மேனியிலிருந்து வரக்கூடிய நறுமணமா, எது அவளை என் பக்கம் ஈர்த்ததுன்னு என்னால் சொல்லவே முடியலையேன்னு வள்ளுவர் சொல்வாருங்க.

ஆர்.கே. உதயகுமார் ஸார் இதேபோல ஒரு பாட்டு எழுதியிருப்பாருங்க...

உன்னுடைய காதலி எப்படிப்பட்டவள்னு கேக்குறாங்க. அதற்கு அந்தக் காதலியைப் பற்றிக் காதலனால் சொல்லவே முடியலையாம். இருந்தாலும் அவளைப் பற்றிச் சொல்றாரு...

"என்னவென்று சொல்வதம்மா வஞ்சி அவள் பேரழகை,
சொல்ல மொழி இல்லையம்மா
கொஞ்சி வரும் தேரழகை
அந்தி மஞ்சள் நிறத்தவளை
என் நெஞ்சில் நிலைத்தவளை
நான் என்னென்று சொல்வேனோ?
அதை எப்படிச் சொல்வேனோ?"ன்னு கேட்டிருப்பாருங்க.

தபு சங்கர் அதுனாலதான் சொல்வாரு...

எல்லோரும் சாலைகளில் வலப்புறமாகச் செல்லும்போது நானோ அவள் நிழல் புறமாகச் செல்வேன்... அவள் நிழல் என்மீது விழவேண்டுமென...

எல்லா உடையிலும் அவள் கவிதையாய் இருப்பாள்... சேலை கட்டும்போது தலைப்புடன் கூடிய கவிதையாகிறாள்.

ஒவ்வொரு உடையிலும் ஒவ்வொன்றாய் இருப்பாள். அவள் ஒருத்தியா? ஒவ்வொருத்தியா? தெரியலை.

காற்றில் அவள் சேலை என்மீது பட்டபோது ஸாரி என்றாள். நானோ காற்றுக்கு நன்றி சொன்னேன்!

அட்சரேகை தீர்க்கரேகை விட நீ காலால் பூமியில் போடும் வெட்கரேகை உயர்ந்தது என்றேன்.

ஆமாம் என்று ஆமோதித்தது பூமி!

ஊரில் யாருக்குச் சாமி வந்தாலும் அவளுக்கே குங்குமம் கொடுக்க ஆசைப்படுகிறார்கள்!

பேருந்தில் அவள் எடுத்த பயணச்சீட்டு இன்னும் பயணிக்கிறது என்னோடு.

எல்லோரும் கரும்பைத் தின்று சக்கையைத் துப்புவார்கள்! ஆனால், இவளோ கரும்பைத் தின்று கவிதையைத் துப்புகிறாள்!

அந்தக் கவிதையெல்லாம் என்னைக் காதலிக்க சொல்கின்றன.

ஏன் காதலிக்கிறோம் என்பதற்குக் காரணமே சொல்ல முடியாதாங்க.

பூமி ஏன் சுற்றுகிறது – தெரிந்துகொள்ள முடியாது.
பூக்கள் ஏன் பூக்கிறது – புரிந்துகொள்ள முடியாது.
காற்று எந்தப் பக்கம் போகிறது– கண்டு சொல்லமுடியாது.
காதல் எதனால் வருகிறது – காரணம் சொல்லமுடியாது.

★★★

# காதல் கவிதையைத் தருகிறதா? கவிதை காதலாய் மாறுகிறதா?

**காதல், நம் காலத்தின் மாபெரும் கனவு.**
**காதல், நம் காலத்தின் மாபெரும் அன்பு.**
**காதல், நம் காலத்தின் மாபெரும் சுயம்பொளி.**
**காதல், நம் காலத்தின் மாபெரும் நம்பிக்கை.**

ஒரு நண்பர் கேட்டிருந்தாரு! இந்தக் காதல் ஒருவனைக் கவிஞனாக்குகிறதா? அல்லது கவிஞர்கள்தான் காதலிக்கிறார்களா? எல்லாப் பொருளிலும் காதலை எப்படிக் காணமுடியும். காதல் கவிதையைத் தருகிறதா... கவிதை காதலைத் தருகிறதான்னு கேட்டிருந்தாரு..!

ஒரு உண்மையைச் சொல்லட்டுமா?

**நட்சத்திரங்களின் நகர்வை**
**மொட்டுகளின் மலர்வை**
**பறவைகளின் உணர்வை**
**இலைகளின் உதிர்வை**
**யாரால் கண்டு சொல்ல முடிகிறதோ**
**அவனே காதலனாகிறான்...**
**அவனே கவிஞனாகிறான்...**
**கவிஞனனோ எல்லாப் பொருளையும்**
**நேசித்தே காதலனாகிறான்.**
**காதலனோ எல்லாப் பொழுதையும்**
**காதலித்தே கவிஞனாகிறான்.**

அது ஒரு உயரமான கட்டிடம். காதலனும் காதலியும் போறாங்க. *Lift* வேலை செய்யல. காதலன் தான் நேசிக்கும் பெண்ணைத் தூக்கிக்கொண்டே ஏறுறாங்க. ரட்சகன் என்ற திரைப்படத்தில் ஒரு பாடலில் வைரமுத்து ஐயா எழுதியிருப்பார்...

"கையில் மிதக்கும் கனவா நீ
கைகால் முளைத்த காற்றா நீ
கையில் ஏந்தியும் கனக்கவில்லையே
நுரையால் செய்த சிலையா நீ

நிலவில் பொருட்கள் எடை இழக்கும்
நீரில் பொருட்கள் எடை இழக்கும்
காதலில்கூட எடை இழக்கும்
இன்று கண்டேனடி, அதைக் கண்டு கொண்டேனடி"ன்னு எழுதிருப்பாருங்க.

காதலிப்பவர்களுக்கு வலிகள்கூட கவிதையாகவே வெளிப்படும்னு தெரிகிறதுதானே.

அதனால்தான் தபு சங்கர் சொன்னாரு...

ஒரு வைரம் உருவாகப் பல நூற்றாண்டுகள் ஆகுமே.
நீ மட்டும் எப்படி பத்தே மாதத்தில் உருவானாய்?

என் கையில் ஒப்படைப்பதற்காகவே உன் தாய் உன்னைப் பெற்றிருக்கிறாள்... நான் உன்னிடம் ஒப்படைப்பதற்காகவே என் மனதை நான் பெற்றிருக்கிறேன்.

இலைகள் காய்ந்தால் கொடிகள் பட்டுப் போகிறது. உன் உடைகள் காய்ந்தால் உயிரற்ற கொடியும் உயிர் பெறுகிறது.

காற்றோடு விளையாடிக் கொண்டிருந்த உன் சேலைத் தலைப்பை இழுத்துச் சொருகிக் கொண்டாய்... நின்றுவிட்டது காற்று.

சிந்திய மழைத்துளி மேகத்துக்குள் போவதில்லை
ஆனால் நீ சிந்திய வெட்கமெல்லாம் மீண்டும்
உன் கன்னத்துக்குள் போகிறதே!

ஒரு வண்ணத்துப் பூச்சி உன்னைப் பார்த்துக் கேட்கிறது,
ஏன் இந்தப் பூ நகர்ந்து கொண்டே இருக்கிறது?

உனக்கு வாங்கி வந்த நகையைப் பார்த்து, "அய், எனக்கா இந்த நகை என்று கத்தினாய்... நகையோ "எனக்கா இந்தச் சிலை" என்று கத்தியது...

பழக்கூடைக்குள் நுழைந்த நீயோ, ஆப்பிளைக் காட்டி... இது எந்த ஊர் ஆப்பிள் என்று கேட்கிறது. ஆப்பிள்கள் எல்லாம் உன்னைக் காட்டி, நீ எந்த ஊர் ஆப்பிள் என்று என்னிடம் கேட்கிறது! நான் என்ன சொல்ல?

எல்லாவற்றிலும் உச்சமாகச் சொல்லியிருப்பாருங்க.

பூமிக்குள் ஓசையின்றி ஓடிக்கொண்டிருந்த தண்ணீர் மீது இரும்புக் குழாய் இறங்கியபோது தண்ணீர் மிரண்டு போனது.

மோட்டார் வைத்து மேலே இழுக்கப்பட்டபோது தண்ணீர் மயங்கிப் போனது.

கண் விழித்துப் பார்த்தபோது அதுவொரு தொட்டிக்குள் அடைக்கப்பட்டிருந்ததைக் கண்டு கதறிக்கதறி அழுதது.

ஆனால், அடுத்த நாள் விடிந்தும் விடியாத அழகிய அதிகாலைப் பொழுதில், அந்தத் தண்ணீரைக் கொண்டு நீ நீராடியபோது... அடடா! யாரோ ஒரு புண்ணியவான். இவ்வளவு பாடுபட்டுத் தன்னைக் கொண்டு ஒரு தேவதையைக் குளிப்பாட்ட வைத்தானே என்று சந்தோஷத்தில் ஆர்ப்பரித்தது.

உன் மேனியை விட்டுப் பிரிய மனமின்றி இறங்கி ஓடி, நீ வளர்க்கும் பூச்செடிக்குள் பாய்ந்தது!

அங்கே பூக்கும் பூக்களில் எல்லாம் தேன் ஆனது! னு முடிச்சிருப்பாருங்க.

> **காதலைப் பற்றி முழுவதும் தெரிந்து கொள்ளவே சிலர் பிறந்திருக்கிறார்கள்...**
> **தெரிந்து கொண்டிருக்கும்போதே கவிஞராகிறார்கள்...**
> **கவிதைகள் எழுதவே சிலர் பிறந்திருக்கிறார்கள்...**
> **கவிதை எழுதும்போதே காதலராகிவிடுகிறார்கள்...**

★★★

## காதல் வரம் யாருக்குக் கிடைக்கும்?

உலகெல்லாம் ஒலிக்கும் ஒரு சொல், காதல்.
ஒரு சொல்லில் சுழலும் உலகமும், காதல்.
கற்காலம் தொடங்கிக் கம்யூட்டர் காலம் வரை
என்றும் காதல்... என்றென்றும் காதல்..
எங்கெங்கும் காதல்... ஒவ்வொன்றும் காதல்...

அத்தகைய காதல் கொண்டு உங்களை வரவேற்கிறேன்.

ஒரு தோழி கேட்டிருந்தாங்க... காதல், வாழ்க்கைக்கு அத்தனை தேவையா? காதல் இல்லாமல் வாழ்வை ரசிக்க முடியாதா? ஒருவரைக் காதலிக்கத்தான் வேண்டுமா? நாம் ஏன் காதலிக்க வேண்டும்? தனியாக இருந்து இந்த வாழ்க்கையை ரசித்துவிட முடியாதா?ன்னு கேட்டிருந்தாங்க.

சந்திரபாபு ஸார் பாட்டுல இந்த வரி வரும்,

"பருவம் வந்த அனைவருமே காதல் கொள்வதில்லை
காதல் கொண்ட அனைவருமே மணமுடிப்பதில்லை
மணமுடித்த அனைவருமே சேர்ந்து வாழ்வதில்லை
சேர்ந்து வாழும் அனைவருமே சேர்ந்து போவதில்லை"ன்னு
சொல்லியிருப்பாருங்க.

காதல் ஒரு வரம். அது எல்லோருக்கும் கிடைப்பதில்லை. காதல் வரம் கிடைக்கப்பெற்றவர்களை வாழ்க்கை விடுவதில்லை.

அதுனாலதானே பழனிபாரதி எழுதியிருந்தாரு...

"விழியில் விழி மோதி இதயக் கதவு இன்று திறந்ததே
இரவு பகலாக இதயம் கிளியாகப் பறந்ததே
ஒரு பார்வை வீசிச் சென்றாள், உலகம் விடிந்ததிங்கே
வார்த்தை பேசவில்லை எல்லாம் புரிந்ததிங்கே
இதயம் இரு பக்கம் துடிக்குதே
அலைவந்து அடிக்கடி அடிக்குதே
இனி இதயமெல்லாம் தினமும் தினமும் மழைதான்!"னு
சொல்லியிருப்பாருங்க.

ஒவ்வொரு நாளும் இதயத்தை நனைய வைக்கிறது, காதல்.

தபு சங்கர் சொல்லியிருப்பாரு...

உன்னைக் கண்டதும் காதல் கொண்டேன்!

உன்னிடம் பேசிப் பழகி, பின்பு காதலித்திருக்கலாம் என்று என் நண்பர்கள் சொன்னார்கள். நான் அவர்களுக்காக இந்தக் காதலிடம் மன்னிப்புக் கேட்டுக் கொள்கிறேன்.

அது காதல் இல்லை... கணக்கு!

உன்னை முதல் முதலாகப் பார்த்தபோது, இவள்தான் இவள்தான் என இதயம் எழுப்பிய குரல்!

உன் பெயரைத் தெரிந்துகொள்ள நான் பட்டபாடு, அதைக் கண்டு நீ ரசித்தபோது நான் கொண்ட உவகை உன் பெயர் தெரிந்த அந்த கணம், உன் முதல் புன்னகையைப் பெற நான் செய்த சாதனைகள்...!

அதைப் பெற்ற போது, வானுக்கும் மண்ணுக்கும் நான் குதித்த குதிகள்...

நான் பேசிய போது நீ பேசாமல் போனதன் வருத்தங்கள்...

போனால் போகிறதென்று முதல்முறையாக நீ 'என்ன' என்று கேட்ட தருணங்கள்.

காதலை ஒரு கடிதத்தில் எழுதி என் காதலைச் சொல்ல பயந்த தருணம்.

அதை நீ மெல்லிய புன்னகையோடு ஏற்றுக் கொண்ட தருணம்.

ஐயோ, ஒரு யுகம் என்பது 43,20,000 ஆண்டுகளில் உன்னோடு வாழும் ஒரு காதல் கணத்துக்கு இணையாகுமோ, அந்த யுகம்"ன்னு கேட்டிருப்பாரு.

நம் வாழ்நாளில்,

காதலுக்காகச் சில நாட்கள் காத்திருக்கின்றன.

காதலை நினைத்துச் சில நாட்கள் கடந்துவிடுகின்றன.

காதலிலே சில நாட்கள் காவியமாகின்றன.

அந்த நாட்கள் மட்டுமே நம்மை வாழச் சொல்கின்றன.

★ ★ ★

## ஒருவரை மட்டும் காதலிப்பது சாத்தியமா?

மழை சிந்தும் நீருக்கு – மண்ணோடு காதல்!
வழிபோகும் காற்றுக்கு – பூக்களோடு காதல்!
கடிகார முள்ளுக்கு – காலம் மீது காதல்!
தமிழ் கொண்ட சொல்லுக்கு – கம்பன் மீது காதல்!

அத்தகைய காதல் கொண்டு உங்களை வரவேற்கிறேன்.

ஒரு நண்பர் கேட்டிருந்தாரு... நண்பா, எல்லா நாடுகளையும் ஒப்பிடும்போது, நம் நாட்டில் மட்டும் ஒருவருக்கு ஒருத்தின்னு 50 வருடம் ஒன்றாகக் காதலோடு வாழ்க்கையில் பயணிக்கிறார்களே... இத்தனை வருடம் ஒன்றாய் வாழ்ந்தும் காதலோடு இருப்பதன் இரகசியம் என்ன? இது எப்படி சாத்தியமாகிறதுன்னு கேட்டிருந்தாங்க.

பாரதிதாசன் சொல்வாரு...

"அவளும் நானும், அமுதும் தமிழும்
அவளும் நானும், அலையும் கடலும்
அவளும் நானும், தவமும் அருளும்
அவளும் நானும், வேரும் மரமும்
ஆலும் நிழலும், அசைவும் நடிப்பும்
அணியும் பணிவும், அவளும் நானும்
அவையும் துணிவும், உழைப்பும் தழைப்பும்
அவளும் நானும், அளித்தலும் புகழும்
மீனும் புனலும், விண்ணும் விரிவும்
வெற்பும் தோற்றமும், வேலும் கூரும்
ஆறும் கரையும், அம்பும் வில்லும்
பாட்டும் உரையும், நானும் அவளும்
நானும் அவளும், உயிரும் உடம்பும்
நரம்பும் யாழும், பூவும் மணமும்
நானும் அவளும், உயிரும் உடம்பும்
நரம்பும் யாழும், பூவும் மணமும்
அவளும் நானும் (அவளும் நானும்), தேனும் இனிப்பும்
அவளும் நானும் (அவளும் நானும்), சிரிப்பும் மகிழ்வும்

**அவளும் நானும், திங்களும் குளிரும்**
**அவளும் நானும் (அவளும் நானும்), கதிரும் ஒளியும்**
**அவளும் நானும், அமுதும் தமிழும்**
**அவளும் நானும், அலையும் கடலும்**
**அவளும் நானும், தவமும் அருளும்**
**அவளும் நானும், வேரும் மரமும்**
**ஆலும் நிழலும் (அவளும் நானும்), அசைவும் நடிப்பும்**
**அணியும் பணிவும் (அவளும் நானும்), அவளும் நானும்**
**அவையும் துணிவும் (அவளும் நானும்), உழைப்பும் தழைப்பும்**
**அவளும் நானும் (அவளும் நானும்), அளித்தலும் புகழும்**
**அவளும் நானும், அமுதும் தமிழும்...''**

*அவளில்லாமல் அவனும் முழுமையானவன் அல்ல... அவளும் முழுமையானவள் அல்ல. இணையும்போது வாழ்வு முழுமைபெறுகிறது. இருவரும் சேரும்போது இப்பயணம் சாத்தியமாகிறது.*

*அதுனால்தானே வாலி எழுதியிருப்பாரு...*

**"நீ பாதி நான் பாதி கண்ணே!**
**அருகில் நீயின்றித் தூங்காது கண்ணே!**
**இடது விழியில் தூசி விழுந்தால்**
**வலது விழியும் கலங்கிவிடுமே!**
**இருட்டில்கூட இருக்கும் நிழல் நான்**
**இறுதிவரைக்கும் தொடர்ந்து வருவேன்!**

**இந்த மனம்தான் என் மன்னவனும் வந்துலவும்**
**நந்தவனம்தான் அன்பே வா!**
**சொர்க்கம் எதற்கு என் பொன்னுலகம்**
**பெண்ணுருவில் பக்கம் இருக்குக் கண்ணே வா!''***னு எழுதியிருப்பாருங்க.*

*இந்தப் புரிதல் இருக்கும் காதலர்களே 100 ஆண்டுகள் அல்ல... 1000 ஆண்டுகள்கூட பயணிக்க முடியும்!*

*தபு சங்கர் இன்னும் ஒருபடி மேலே போய் எழுதிருப்பாருங்க...*

*ஒவ்வொரு துடிப்புக்கு இடையேயும் இதயம் ஓய்வெடுத்துக் கொள்கிறது.*

*என் இதயமே அந்த ஓய்விலும் உன்னையே காதலித்துக் கொண்டிருக்கிறது.*

*கண்களில் 120 மில்லியன் செல்கள் உள்ளன. இருந்து என்ன பயன்?*

உன்னைப் பார்க்கையில் செல்களெல்லாம் செயலிழந்து போகின்றன.

நம் உடலில் ஒரு சதவீதம் தண்ணீர் குறைந்தால் நாக்கு வரண்டுவிடும்.

உன் மீதான காதலில் அரை சதவீதம் குறைந்தாலும் என் உயிர் வரண்டு போகிறது.

இந்தப் பூமி மூன்றில் இரண்டு பங்கு நீராலானது.

நீயோ மூன்றில் இரண்டு பங்கு வெட்கத்தால் ஆனாயோ?

சராசரியாக 32 புயல்கள் இருக்கின்றன இந்தப் பூமியில்.

அதில் எத்தனைப் புயல்கள் உன் உதட்டுச் சுழிப்பின் புன்னகையில் தோன்றியதோ!

மீன் கொத்திப் பறவை மீனைக் கொத்திக் கூடு கட்டுகிறதாம்...

மரங்கொத்திப் பறவை மரத்தைக் கொத்திக் குடியேறுகிறதாம்...

நீயோ என் இதயத்துள் குடியேறி பின்பு என்

இதயத்தைக் கொத்துகிறாய்... நீ மரங்கொத்திப் பறவையல்ல...

மனங்கொத்திப் பறவை...

49 நாட்கள் போதி மரத்தின்கீழ் அமர்ந்து ஞானம் பெற்றார் புத்தர்!

ஒரே ஒரு நொடி உன் நிழலின் கீழ் நின்றே காதலை ஞானமாய் பெற்றவன் நான்!

ஒரு கையால் ஓவியம் வரைந்துகொண்டே மறுகையால் எழுதும் பழக்கமுடையவர் லியானார்டோ டாவின்சி... ஒரு கையால் எழுதிக் கொண்டே மறு கையால் உன் மேலாடையைத் திருத்தும் ஓவியம் நீ!

ஜெர்மானியர்கள் தங்கள் நாட்டைத் தந்தையர் நாடு என அழைக்கிறார்கள்.

நீ பிறந்த இந்த நாட்டை நான் 'தேவதை நாடு' என அழைக்கவா?

ஜப்பானிய தேசிய கீதம் நான்கே வரியைக் கொண்டதாம்.

ஒரே ஒரு சொல்லைக் கொண்டது என் காதல் கீதம் – அது உன் பெயர்!னு சொல்லியிருப்பாருங்க.

மலையும் நீரும் இருக்கும் வரை அருவி பிறக்கும்,
வானும் காற்றும் இருக்கும் வரை பறவை பறக்கும்,
மழையும் மண்ணும் இருக்கும் வரை செடிகள் துளிர்க்கும்,
நீங்களும் நானும் இருக்கும் வரை காதல் ஜெயிக்கும்.

★ ★ ★

## கண்பேசும் வார்த்தைகள் புரிவதில்லை...

நித்தம் நம் வாழ்வை இனிமையாக்குகிறது, காதல்!
புத்தம்புது உணர்வார் புதுமையாக்குகிறது, காதல்!
சத்தமேயில்லாமல் சங்கீதமாக்குகிறது, காதல்!
யுத்தமே இல்லாமல் இந்த உலகை அமைதியாக்குகிறது, காதல்!
அத்தகைய காதல் கொண்டு உங்களை வரவேற்கிறேன்.

ஒரு நண்பர் சொன்னாரு... நண்பா, நான் காதலித்த பெண்ணோட சின்னச் சின்ன சண்டைகள் ஏற்பட்டு நாங்க பிரிஞ்சிட்டோம் நண்பா. பிரிந்ததிற்குப் பிறகுதான் அவளுடைய அருமை எனக்கு நன்றாகத் தெரிந்தது. நான் இப்பொழுது அவளிடம் மன்னிப்புக் கேட்டு மீண்டும் அவளோடு சேர நினைக்கிறேன். ஆனால், அவளை எத்தனை முறை அலைபேசியில் அழைத்தும் அவள் என்னோட அழைப்பை ஏற்க மறுக்கிறாள் நண்பா. நான் இப்பொழுது அவளிடம் மன்னிப்புக் கேட்பதா? அல்லது அவளுடைய நினைவிலேயே வாழ்ந்துவிடுவதா?ன்னு கேட்டிருந்தாரு.

ஒரு புதுக்கவிஞர் சொல்வாரு...

"கடந்து போன பின்புதான் தெரிகிறது
நேரத்தின் அருமையும் நேசித்தவரின் அருகாமையும்
இல்லை என்றபோதுதான் தெரிகிறது
அவள் செய்த தொல்லைகள்கூட காதல்தான் என்று"னு
எழுதிருப்பாருங்க.

வள்ளுவர் சொல்வாரு...

"அறிதாற்றி அல்லல்நோய் நீக்கிப் பிரிவாற்றிப்
பின்னிருந்து வாழ்வார் பலர்"ன்னு.

இந்த வாழ்க்கையில் தான் காதலிச்சவர்கள் பிரிந்துபோனாலும்கூட வாழ்க்கையில் தான் காதலித்தவர்கள் இல்லை என்றபோதும்கூட அந்த வலியை ஏற்றுக்கொண்டு வாழ்க்கையை வாழ்பவர்கள் பலர் இருக்கிறார்கள். ஆனால், என்னால் அப்படி வாழ முடியவில்லையே

ஒரு காதலி புலம்புவதாக வள்ளுவர் எழுதியிருப்பாருங்க.

காதலன், காதலியோட கண்களைப் பாக்குறாரு. அந்தக் காதலிக்குக் காதல் உள்ளதான்னு காதலனுக்குத் தெரியவில்லை. எப்படி நான் அவளுடைய கண்களைப் பார்த்துப் புரிந்துகொள்வதுன்னு குழப்பத்துல இருக்கிறதா நா.முத்துகுமார் எழுதிருப்பாருங்க.

"கண்பேசும் வார்த்தைகள் புரிவதில்லை
காத்திருந்தால் பெண் கனிவதில்லை
ஒருமுகம் மறைய மறுமுகம் தெரிய
கண்ணாடி இதயம் இல்லை
கடல் கை மூடி மறைவதில்லை
காற்றில் இலைகள் பறந்த பிறகும்
கிளையின் தழும்புகள் அழிவதில்லை
காயம் நூறு கண்ட பிறகும்
உன்னை உள்மனம் மறப்பதில்லை.

ஒரு முறைதான் பெண் பார்ப்பதினால்
வருகிற வலி அவள் அறிவதில்லை"னு நா.முத்துகுமார் சொல்வாரில்ல.

"காட்டிலே காயும் நிலவைக்
கண்டு கொள்ள யாருமில்லை
கண்களின் அனுமதி வாங்கி
காதலும் இங்கே வருவதில்லை

தூரத்தில் தெரியும் வெளிச்சம்
பாதைக்கு சொந்தம் இல்லை
மின்னலின் ஒளியைப் பிடிக்க
மின்மினி பூச்சிக்குத் தெரியவில்லை"ன்னு நா.முத்துகுமார் எழுதியிருப்பாருங்க.

காதலன் அழைச்சிக்கிட்டே இருக்காராம். மன்னிப்பு கேட்பதற்காகவும், திரும்ப அவளிடம் பேசுவதற்காகவும். காதலன் அழைச்சிக்கிட்டே இருக்காரு. அந்த அலைபேசி அழைப்பை எடுக்கவே இல்லை. மனுஷ்யபுத்திரன் அந்த வலியைச் சொல்லியிருப்பாருங்க.

"நீ வழக்கம்போல் என் அலைபேசியின்
அழைப்பை எடுக்கவில்லை
நான் அழைத்தது உன்னையல்ல

உன் caller tune-ஐ
உன் குரலைவிட
உன் caller tune
எனக்கு நெருக்கமாய் இருக்கிறது.
உன்னைத் தேடும் இருட்டில்
உன் caller tune
எனக்கு வெளிச்சம் தருகிறது.
உன் caller tune
அன்பின் சங்கீதத்தை மாற்றிக்கொள்ளாது.
உன் caller tune
புன்னகை மாறாதது.
உன் caller tune
ஒரே மனநிலையில் இருப்பது
உன் caller tune
நேற்று ஒரு குரலும் இன்று ஒரு குரலும்
இல்லாமல் இருப்பது.
உன்னைக் காதலிப்பதைவிட
உன் caller tune-ஐ
காதலிப்பது எனக்கு மிகவும் பிடித்திருக்கிறது.
நான் பதலிகளால் ஆனவன்
நான் நிழல்களால் ஆனவன்
நான் பிம்பங்களால் ஆனவன்
நான் ஒருமுறை வேறொருத்தியை அழைத்தபோது
அங்கு உன்னுடைய... உன்னுடைய caller tune கேட்டது
உன் ஆடையை வேறொருத்தி உடுத்தியிருப்பதாய்த் தோன்றியது.
தயுவுசெய்து நான் அழைத்தால் அலைபேசியை எடுத்துவிடாதே
நான் அழைப்பது உன் caller tune-க்காகத்தான்
உன் caller tune-ஐ விட்டால் எனக்கு வேறு யார் இருக்கிறார்கள்"னு
மனுஷ்யபுத்திரன் அந்தக் கவிதையை அழகா முடிச்சிருப்பாருங்க.

காதலில் மட்டும்தான் மறக்கமுடியாத நாட்களும் உண்டு.

மறந்துவிட முடியாதா! என்று நினைக்கக்கூடிய நாட்களும் உண்டு.

★★★

## தீயைத் தீண்டுகிறது காதல்...

**நதி பூமியல் வளைந்து போவது கரை மீது கொண்ட காதல்!
காற்று காதுக்குள் நுழைந்து போவது இசை மீது கொண்ட காதல்!
கண்ணப்பர் கண் இழந்துபோனது கடவுள் மீது கொண்ட காதல்!
பாரதியின் சொல் முழங்கிப்போனது தமிழ் மீது கொண்ட காதல்!
அத்தகைய காதல் கொண்டு உங்களை வரவேற்கிறேன்.**

ஒரு தோழி கேட்டிருந்தாங்க. நண்பா, காதலித்தவர்கள் எல்லா நேரங்களிலும் காதல் உணர்வோடே இருப்பது சாத்தியமா? பார்க்கும் எல்லா இடங்களிலும் தன்னுடைய காதலனையும் காதலியையும் நினைத்துக்கொண்டே இருக்கிறார்கள் என்று சொல்வது நிதர்சனத்தில் உண்மையான்னு கேட்டிருந்தாங்க.

ஒரு உண்மையைச் சொல்லட்டுமா? காதலை தரிசிக்கும் வரை எல்லா இடங்களிலும் காதலுக்காகக் காத்துக்கிட்டிருக்கோம். காதலை தரிசித்த பிறகு, எல்லா இடங்களிலும் காதலை மட்டுமே பாத்துக்கிட்டிருக்கோங்க.

அதுனாலதானே பாரதி சொன்னாரு...

"காக்கை சிறகினிலே நந்தலாலா – நின்றன்
கரிய நிறம் தோன்றுதையே நந்தலாலா
பார்க்கும் மரங்களெல்லாம் நந்தலாலா – நின்றன்
பச்சை நிறம் தோன்றுதையே நந்தலாலா
கேட்கும் ஒளியில் எல்லாம் நந்தலாலா – நின்றன்
கீதம் இசைக்குதடா நந்தலாலா
தீக்குள் விரலை வைத்தால் நந்தலாலா – நின்னை
தீண்டும் இன்பம் தோன்றுதடா நந்தலாலா" என்றார்.

தீயைத் தொட்டால் தன் காதலியைத் தொடுவதுபோல் உணர்வு அந்தக் காதலிக்கு ஏற்படுதாங்க.

அந்தக் காதலிக்கிட்ட காதலன் ஒரு ரூபாய் குடுத்துட்டுப் போறாரு. அந்தக் காதலிக்கு எங்கு பார்த்தாலும் அந்த ஒற்றை ரூபாய்

நாணயமாகவே தெரிகிறதாம்னு நா.முத்துகுமார் ஒரு பாடல்ல எழுதிருப்பாரு...

**பல்லாங்குழியின் வட்டம் பார்த்தேன்**
**ஒற்றை நாணயம்**
**புல்லாங்குழலின் துளைகள் பார்த்தேன்**
**ஒற்றை நாணயம்**
**துடிக்கும் கண்களில் கண்மணி பார்த்தேன்**
**கடிகாரத்தில் நேரம் பார்த்தேன்**

**செவ்வந்தி பூவின் நடுவில் பார்த்தேன்**
**தேசியக் கொடியில் சக்கரம் பார்த்தேன்**
**இரவில் ஒருநாள் பௌர்ணமி பார்த்தேன்**
**ஒற்றை நாணயம்**"னு அந்தக் காதலி பாக்குற எல்லாப் பொருள்களிலும் அந்த ஒற்றை நாணயம் இருப்பதாகச் சொல்லியிருப்பாரில்ல.

காதலின் உணர்வு ஏற்பட்டவர்களுக்கு இந்த உலகமே காதலின் பரிசாகவே தெரிகிறதே. அதுனாலதானே தபூசங்கர் சொல்வாரு...

**"அதிகபட்ச வெளிச்சம் கண்ணுக்கு ஆகாதென்கிறார்கள்**
**இருந்தும் நான் உன்னைப் பார்க்கிறேன்**
**அதிகபட்ச வெளிச்சத்தை அதிகபட்சக் காதல் கொண்டு**
**மின்னலின் ஒளியில் செடிகள் முறைக்கும் என்கிறார்கள்**
**உன் வீட்டில் இருக்கும் செடிகளெல்லாம்**
**உன் புன்னகை மின்னலில் தோன்றியதோ**
**ரோஜாக்களின் தலைநகரத்தைப் பூனே என்று சொல்கிறார்கள்**
**உண்மையைச் சொல்லப்போனால் ரோஜாக்களின் தலைநகரமானது**
**உன் கூந்தல்தானே!**
**அஞ்சல்வழி கல்வியை முதன்முதலில் அறிமுகப்படுத்தியது,**
**டெல்லிப் பல்கலைக்கழகமாம்!**
**கொஞ்சல் வழிக் கல்வியை முதன்முதலில் அறிமுகப்படுத்தியது,**
**நீதானா?**
**தும்மல் வந்தால் இதயம் ஒரு நொடி நிற்கும் என்கிறார்கள்.**
**நீ வந்தால் தும்மலே நின்றுவிடுகிறதே.**
**சாதாரண நேரத்தில் பதினைந்து முறையும்**
**விளையாடும்போது எண்பது முறையும்**
**மனிதன் சுவாசிக்கிறானாம்.**
**நீ வரும்போது மட்டும்**

ஒரு முறைகூட என்னால் சுவாசிக்க முடியவில்லையே.
உன் பார்வையாலேயே என் மூச்சை நிறுத்திவிடுகிறாய்.
மீன் இதயத்திற்கு நல்லது என்று சொல்கிறார்கள்.
என் இதயத்தைக் காயப்படுத்துவதே உன் விழிமீன்கள் தானே!
ஐந்து கண்களைக் கொண்டது வெட்டுக்கிளி
இவளோ இரண்டு கண்களைக் கொண்டு என்னை வெட்டும் கிளி!
ஒருமுறை எரித்த பொருளை மீண்டும் மீண்டும் எரிக்கமுடியாது.
ஆனால், என்னைச் சாம்பலாக்கிய பிறகும்
என்னை எப்படி மீண்டும் மீண்டும் சுட்டுக்கொண்டே இருக்கிறாய்.
மெக்சிகோ நாட்டில் கைதிகள் தப்பிவிட்டால்
சிறை அதிகாரிகளைத் தண்டிப்பார்களாம்!
எனக்கு அந்தக் கவலையே இல்லை.
என் இதயச் சிறையிலிருந்து உன்னைத் தப்பிக்கவே விடமாட்டேன்"
தபு சங்கர் சொல்லியிருப்பாருங்க.

காற்று வரும் வரை நெருப்பிருக்கும்.
கவிதை வரும் வரை உயிர்ப்பிருக்கும்!
காதல் வரும் வரை வேறு நினைப்பிருக்கும்!
காதல் வந்துவிட்டால், இந்த உலகத்தில் அத்தனை விஷயங்களும்
காதலின் நினைப்பாகவே இருக்கும்!

★ ★ ★

# காதல் தீண்டினால் காயம் ஆகுமோ?

**விழி உறங்கிடும் பொழுதிலும் உள்ளத்துக்குள் நுழைகிறது இந்த காதல்!**

**மனம் மயங்கிடும் பொழுதிலும் உயிருக்குள் துளிர்கிறது இந்த காதல்!**

**நெருப்பு சுடர்விடும் பொழுதிலும் உடம்புக்குள் குளிர்கிறது இந்த காதல்!**

அத்தகைய காதல் கொண்டு உங்களை வரவேற்கிறேன்.

ஒரு நண்பர் கேட்ருந்தாரு... நண்பா என் காதலி அன்பாகவே இருக்கா நண்பா... அன்பா இருக்கும்பொழுதே சண்டை போடுகிறாள் நண்பா. சண்டை போட்டுக்கொண்டே இருக்கும்பொழுதே கோவப்படுகிறாள். கோவப்படும்போதே அன்பாகவும் இருக்கிறாள். இந்த முரண்பாடுதான் காதலா? ஒரே மனநிலையில் காதலில் பயணம் செய்ய முடியாதான்னு கேட்டிருந்தாரு.

வள்ளுவர் சொல்வாரு...

**"இல்லை தவறவர்க்கு ஆயினும் ஊடுதல்**
**வல்லது அவரளிக்கு மாறு"**னுவாருங்க.

பிரச்சனையே இல்லனாகூட எந்தவித கோவமும் இல்லன்னாலும்கூட காதலர்கள் இருவர்களுக்குள் ஏற்படக்கூடிய அந்த சண்டையும், ஊடலும் அந்தக் காதலை இன்னும் அழகாக்கிக் கொண்டே வலுப்படுத்திக்கொண்டே இருக்குமாங்க...

அந்த காதலி காரணமே இல்லாம சண்டை போட்டுகிட்டே இருக்காங்க. காதலன் போய் சமாதானம் படுத்தணும்ங்றதுக்காக போய் போய் சமாதானம் படுத்தறாரு. சமாதானம் பண்ணித் தோற்கிறாள்!

வைரமுத்து ஐயா அந்த இடத்திலே எழுதியிருக்காரு...

**"ஆண் : பொன்மானே கோவம் ஏனோ?**
**காதல் பால்குடம் கல்லாய் போனது!**
**ரோஜா ஏனடி முள்ளாய் போனது?"**

பெண் : பூக்கள் மோதினால் காயம் நேருமோ!
தென்றல் கிள்ளினால் ரோஜா தாங்குமோ!"ன்னு

சொல்வதாக எழுதியிருப்பாருங்க. காதல் என்பதே ஒருவகையான முரண்பாடுதான். இந்த முரண்பாட்டை புரிந்துகொள்ளவே காதல் இருக்கிறது. இந்த முரண்பாடு எப்படிப்பட்டதுனு டி.ராஜேந்தர் ஒரு பாடலில் சொல்வாரு...

"இது குழந்தை பாடும் தாலாட்டு
இது இரவு நேர பூபாளம்
இது மேற்கில் தோன்றும் உதயம்
இது நதியில்லாத ஓடம்"னு சொல்லியிருப்பாருங்க.

இந்தச் சண்டை போடும்போது காதலர்களுடைய மனநிலை எப்படி இருக்கும்னு மனுஷ்யபுத்திரன் ஒரு கவிதையில சொல்வாரு...

"நீ எல்லையற்ற நேசத்திற்குரியவளாக இரு அல்லது
எல்லையற்ற வெறுப்பிற்குரியவளாக இரு
நீ நடுவில் இருக்கும்போது எனக்கு எதுவுமே
இல்லாமல் இருக்கிறாய்!

இந்தக் காதலுக்கு எந்தப் பிடிமானமும் இல்லை
இந்த உறவுக்கு எந்த எதிர்காலமும் இல்லை
இருந்தும் தளும்புகிறோம் எந்நேரமும்!

ஒரு காலி கோப்பையைக் கையில் வைத்துக் கொண்டு
எவ்வளவு நேரம் நாம் அருந்துவது போல் பாவனை செய்வது?

நான் ஒரு சிறிய நிழல் வேண்டிக் கடும் கோடையில்
தவிக்க தவிக்க உன்னிடம் வந்தேன்!
ஒரு செடியாக வந்தவன் நிழலுக்காகக் காத்திருந்து
காத்திருந்து நானே இப்போது மரமாக வளர்ந்துவிட்டேன்.
நிழல் பரப்பிக் காத்திருக்கிறேன்
நீ வந்து இளைப்பாற!
எதையாவது மனதில் வைத்துக்கொண்டு இப்படிப்
பேசுகிறாயா என்றாள்.
எதையாவது வைத்துக் கொள்வதுதானே
இந்த மனது என்றேன்.

நீயொரு வேங்கையை வேட்டையாடிவிட்டு
சுமந்து செல்ல தயங்குகிறாய்!

வேங்கையைத் தூக்கிக் கொண்டு நடப்பது சுலபமல்ல.
நீயொரு நூற்றாண்டு முன்னோக்கி இருக்கிறாய்.
நான் ஒரு நூற்றாண்டு பின்னால் இருக்கிறேன்.
நம்முடைய காலத்தில் யார் இருக்கிறார்களென்றே தெரியவில்லை.
நான் உன்னோடு இருக்க இருக்க
உனக்கு இல்லாமலே ஆகிக்கொண்டிருக்கிறேன்.
இல்லாமல் போனால் கொஞ்சமேனும்
நான் உனக்கு இருப்பேனா?
நீயில்லாமல் நான் இருப்பது என் கல்லறை
கதவுகளை நானே தட்டுவதன்றி வேறென்ன!

ஒவ்வொரு முறையும் என்
இதயத்தின் மலரைக் கிள்ள வேண்டும் என்பதில்லை!
உன் கோவத்தின் சூட்டிலே அந்த மலர்கள்
நறுமணமில்லாது போகின்றன.
உன் கண்களால் நான் காணும் காட்சிகள்
யாவும் எப்போதாவது உன் கண்களுக்குத்
தெரியுமா?
தாளமுடியாமல் கண்களில் தளும்பும் கண்ணீரில்
எனக்கிந்தக் காதல் இனிக்கவில்லை – உப்பாக இருக்கிறது.

நான் மரணத்திற்கு அஞ்சுவது போலத்தான்
உன் பிரிவிற்கும் அஞ்சுகிறேன்!
மரத்திலிருந்து இலைகள் உதிர்கின்றன,
மலர்கள் உதிர்கின்றன. கிளைகள் முறிகின்றன.
மரமும் சரியும் காலமொன்று உண்டல்லவா?" மனுஷ்யபுத்திரன் அந்தக் கவிதையை முடிச்சிருப்பாருங்க.

ஒரு பறவையின் அன்பைப் பெற அதற்கு சிறிது தானியங்கள் அளிக்க வேண்டும்.

ஒரு பூனையின் அன்பைப் பெற அதற்குச் சிறிது பாலூற்ற வேண்டும்.

ஒரு மலரின் அன்பைப் பெற அதன் வேருக்குக் கொஞ்சம் நீரூற்ற வேண்டும்!

என்ன செய்தால் நேசித்தவர்களின் அன்பைப் பெறமுடியும் என யாரும் சொல்லவில்லை... இதுவரை!

உங்களுக்குத் தெரிந்தால் சொல்லுங்கள்!

★★★

## அவள் பறந்து போனாளே!

சூழ்நிலைக்கேற்றவாறு சூழ்ச்சிகள் செய்கிறது, இந்தக் காதல்!
சூழ்நிலை கைதியாய் சுற்ற வைக்கிறது, இந்தக் காதல்!
தூக்கத்தைத் தூங்க வைத்துக் கனவுகளின் கதவைத் திறக்கிறது, இந்தக் காதல்!

அத்தகைய காதல் கொண்டு உங்களை வரவேற்கிறேன்.

ஒரு நண்பர் கேட்டிருந்தாரு... நண்பா, நீ இல்லைன்னா எனக்கு வாழ்க்கையே இல்லைனு சொன்னவள். உன்னோடுதான் என் இறுதி மூச்சு என்று சொன்னவள், ஏதோவொரு காரணம் சொல்லி பெற்றவர்கள் பார்த்த பையனைத் திருமணம் செஞ்சிகிட்டுப் போயிட்டா நண்பா..! வார்த்தை தவறுவது காதலில் அழகான்னு கேட்டிருந்தாங்க! ஒரு புதுக்கவிஞர் சொல்வாரு...

"இதயத்தை புதைத்துவிட்டு எப்படி இவர்களால் உயிர் வாழ முடிகிறது?
உன்னை இழந்து விட்டேனே தவிர, உன்னை மறந்துவிடவில்லை.
நீ இல்லாமல் அனைவரும் அருகிலிருந்தும் அனாதைப்போல் உணருகிறேன்" னு சொல்லியிருப்பாருங்க.
வார்த்தை தவறுவது நியாயமானு கேட்டிருந்தீங்க.

"வார்த்தை தவறிவிட்டாய் கண்ணம்மா... மார்பு துடிக்குதடி
நேற்றோடு நீ சொன்ன வார்த்தை காற்றோடு போயாச்சு" னு வாலி சொல்லியிருப்பாருங்க.

டி.ராஜேந்தர் ஒருபடி மேல போய் சொல்லியிருப்பாருங்க...
"வெறும் நாரில் கரம் கொண்டு பூமாலை தொடுத்தேன்.
வெறும் காற்றில் உளி கொண்டு சிலை ஒன்றை வடித்தேன்.
விடிந்துவிட்ட பொழுதில்கூட விண்மீனைப் பார்க்கிறேன்.
விருப்பமில்லாப் பெண்ணை எண்ணி உலகை நான் வெறுக்கிறேன்" னு அந்தப் பாட்டுல சொல்லியிருப்பாருங்க.

கண்ணதாசன் ஐயா டி.ஆர்.யே மிஞ்சும் அளவிற்கு,

"எத்தனை பெண் படைத்தான்
எல்லோருக்கும் கண் படைத்தான்
அத்தனைக் கண்களிலும் ஆசையெனும் விஷம் கொடுத்தான்.

உள்ளத்தில் பூசிவிட்டான்
ஊஞ்சலை ஆடவிட்டு உயரத்தில் தங்கிவிட்டான்!
கடவுள் மனிதனாகப் பிறக்க வேண்டும்,
அவன் காதலித்து வேதனையைச் சுமக்க வேண்டும்!"னு கண்ணதாசன் அந்த வலியைக் கொண்டுபோய் கடவுள் கிட்ட வைத்திருப்பாருங்க.

மனுஷ்யபுத்திரன் ஒரு கதையில் சொல்லியிருப்பாரு...

அப்போது எனக்குச் சிறுவயது. மைசூருக்கு ஜவுளிக் கடையில் சேல்ஸ் மேனாக வேலைக்குப் போன மாமா கையில் பிளேடால் கிழித்த காயங்களுடன் திரும்பி வந்தார். சில நாட்களுக்குப் பிறகு இன்லேண்ட் லெட்டர் ஒன்றை முகத்தில் வைத்துக் கொண்டு நள்ளிரவில் மாமா விசும்பி விசும்பி அழுததைத் தூங்குவது போல் பார்த்துக் கொண்டிருந்தேன்.

மறுநாள் மாமாவின் சட்டையிலிருந்து அந்தக் கடிதத்தை ரகசியமாக எடுத்துப் பார்த்த போது, அது கன்னடத்தில் எழுதியிருந்தது. அந்த மொழி எனக்குத் தெரியாதபோதும் அந்தக் கையெழுத்தில் ஒரு பெண்மை இருந்ததைத் தெரிந்து கொண்டேன்.

அந்தக் கடிதத்தைத்தான் என்னால் படிக்க முடியவில்லை. ஆனால், மாமாவின் சிவந்த கரங்களின் இருந்த ரத்தக் கோடுகளை என்னால் படிக்க முடிந்தது! அந்த ரத்தக் கோடுகளின் பின்னால் ஒரு பெண் இருப்பதை உணர முடிந்தது! பிளேடால் கீறிய காயத்திற்கு மருந்து போட்டுவிட முடியும். பெண்ணால் ஏற்பட்ட காயத்திற்கு எதைப் போட்டுச் சரிசெய்ய முடியும்னு அந்தக் கதையை இப்படி முடித்திருப்பார்.

அன்பு சிலருக்கு அவஸ்தையாய் இருக்கிறது!
பாசம் சிலருக்குப் பாசக்கயிறாய் இருக்கிறது!
ஞாபகம் சிலருக்கு நச்சரிப்பைத் தருகிறது!
காதல் அந்நேரம் கானல் நீராய் போகிறது!

★★★

## ஹிட்லருக்கும் ஒரு காதல் உண்டு!

காதல் ஒரு அருமருந்து!
காதல் ஒரு காந்த மின்னல்!
காதல் ஒரு காற்றின் ஊற்று!
காதல் ஐந்தறிவிற்குள்ளும் ஒளிந்திருக்கும் ஆறாமறிவு!
அத்தகைய காதல் கொண்டு உங்களை வரவேற்கிறேன்.

ஒரு தோழி கேட்டிருந்தாங்க. நண்பா, இந்தக் காதல் சில நேரம் திகட்ட திகட்ட சுவையாய் இருக்கிறது. பல நேரம் சுமக்க முடியாத சுமையாய் இருக்கிறது. இந்தக் காதல் சுவையானதா? சுமையானதா?ன்னு கேட்டிருந்தாங்க.

ஒரு உண்மையைச் சொல்லட்டுமா?
Hitler-க்கும் காதலுண்டு!
வில்லனிலும் Hero உண்டு!
காதல் வந்தால் மாற்றம் உண்டு!
கல்லுக்குள்ளும் ஈரமுண்டு!

அதுனாலதானே வைரமுத்து ஐயா எழுதினாரு...
"அலைந்து உன்னை அடைவது
வாழ்வில் சாத்தியமா?
நான் நடந்துகொண்டே எரிவது
உனக்குச் சம்மதமா?
காதல் மழையே... காதல் மழையே...
எங்கே விழுந்தாயோ?" ன்னு கேட்டிருப்பாருங்க.

காதல் சுகமானதா? சுவையானதான்னு கேட்டதற்கு நா.முத்துகுமார் சொல்றாரு...
"அழகான நேரம், அதை நீதான் கொடுத்தாய்.
அழியாத சோகம், அதையும் நீதான் கொடுத்தாய்.
கண்தூங்கும் நேரம் பார்த்துக் கடவுள்
வந்து போனதுபோல்
என் வாழ்வில் வந்தே போனாய்!"

இந்தக் காதலில் முரண்பாடு பற்றிக் கரிசல்காரி கவிதா ஜவகர் ஒரு தொகுப்பில் எழுதியிருப்பாங்க...

பேசி முடித்துவிட்டு வச்சுடறேன் என்று சொன்னபின்னும் துண்டிக்கப்படாத உன் அலைபேசியின் ஒரு நிமிட நிசப்தத்தில் நிரம்பி வழிகிறது நம் காதல்..!

வீடியோ காலில் அழைத்துவிட்டு மௌனமாய் என்னையே பார்த்துக் கொண்டிருப்பாயே. அந்தக் கண்களில் ஒளிர்கிறது பிரியத்தின் பேரொளி!

உனக்கென்ன பைத்தியமா பிடித்திருக்கிறது என்கிறாய், ஆம் பைத்தியத்தைத்தான் பிடித்திருக்கிறது என்கிறேன் நான்!

நீ நினைத்தபடி என்னால் இருக்க முடியாது... ஆனால் உன்னை நினைத்தபடி என்னால் இருக்க முடியும்.

உன்னை நோக்கி நான் வருவதற்கான அத்தனை வழிகளையும் அடைத்துவிட்டாய்... இனி நீயாக வந்தால்தான் உண்டு!

நீ பேசவில்லை என்பதைவிட... பேசாமல் உன்னால் இருக்க முடிகிறது என்பதே அதிகம் வலிக்கிறது.

நீ இங்கில்லை. ஆனால், நீ இங்கு இல்லாமலும் இல்லை. நீ எனக்கெனவென்று இருக்கிறாய், நான் உனக்கெனவென்று இருக்கிறேன்.

நீ என்னைத் தொலைத்துக்கொண்டே இருக்கிறாய். நான் உன்னைத் தேடிக்கொண்டே இருக்கிறேன்.

நீ என் இதயத்தில் அறைந்த ஆணியில்தான் மாட்டியிருக்கிறேன் உன் நினைவுகளை!

நான் உன்னை மறந்து போகவில்லை. மறக்க முடியாததால் போகிறேன்!

இது எல்லாவற்றையும் விட உச்சமாக ஒன்றைச் சொல்வாங்க...

"நீ, நான் தவறவிட்ட சொர்க்கமா...
இல்லை, தப்பிவிட்ட நரகமா..."

காதலருக்காக கடற்கரை காத்திருக்கிறது. பல நேரம் காதல் அழியாது அது காத்திருக்கிறது!

காதலருக்காகக் கண்ணாடிகள் கண்டுபிடிக்கப்பட்டது.

கண்ணாடிகளில் கீறல் மூலம் பல காதலும் கண்டுபிடிக்கப்பட்டது.

காதலை வரவேற்றவர்கள் ஜெயிக்கிறார்கள்.

காதல் வர வேர்த்தவர்கள் தோற்கிறார்கள்!

★★★

## காதல் எப்படிக் காவியமாகிறது?

ஆகாயம் மண்மீது விழாமல் தாங்குகிறது, காதல்!
ஆண்டாண்டு காலம் பூமியைப் பூக்க வைக்கிறது, காதல்!
ஏழு நாட்களையும் ஏழு ஸ்வரமாய் இசைக்கச் செய்கிறது, காதல்!
ஒன்பது கோளையும் ஒன்றாய் சுற்ற வைக்கிறது, காதல்!
- நெல்லை ஜெயந்தா.

அத்தகைய காதல் கொண்டு உங்களை வரவேற்கிறேன்.
தோழி கேட்டிருந்தாங்க..!
காதல் எப்பொழுது அழகாகிறது?
காதல் எப்பொழுது பெருமைப்படுகிறது?
காதல் எப்பொழுது காவியமாகிறது?
காதல் எப்பொழுது கவிதையாகிறது?
காதல் எப்பொழுது கவலையைத் தருகிறது?
இதற்கெல்லாம் சேர்ந்தாற்போல், வாலி ஐயா எழுதிருப்பாரு...

"நேத்துக் கூட தூக்கத்துல, பாத்தேன் அந்தப் பூங்குயில
தூத்துக்குடி முத்தெடுத்துக் கோர்த்து வைச்ச மாலை போல
வேர்த்துக் கொட்டி கண்முழிச்சு பார்த்தா, சொப்பணத்தில்
இப்படித்தான் எப்பவுமே வந்து நிப்பா...
சொல்லப்போனா பேரழகி சொக்கத்தங்கம் போலிருப்பா...
வத்திக்குச்சி இல்லாமலே காதல் தீய பத்தவைப்பா!"

கனவிலும், நினைவிலும் காதலின் இசை கேட்கும்போது காதல் அழகாகிறது! தூக்கத்தில்கூட கனவு காதலாய் வரும்போது இன்னும் பேரழகாகிறது என வாலி எழுதியிருப்பார்.

காதல் தன்னை நம்பும்போதும், தன்மீது நம்பிக்கைக் கொள்ளும்போதும் பெருமையடைகிறது. இதைத்தான் வாலி ஐயா மற்றோரிடத்தில்,

"என்னோடுதான் கண்ணாமூச்சி
என்றும் ஆடும் பட்டாம்பூச்சி,
கட்டாயம் என் காதல் ஆட்சி
கைக்கூடும் பார் தென்றல் சாட்சி
சிந்தனையில் வந்து வந்து போறா
அவ சந்தனத்தில் செஞ்சு வச்ச தேரா...
என்னுடைய காதலிய ரொம்ப ரொம்ப பத்திரமா
எண்ணமெங்கும் செஞ்சி வச்ச வண்ண வண்ண சித்திரமா
வேறொருத்தி வந்து தங்க எம்மனசு சத்திரமா?"ன்னு

கேட்டிருப்பாருங்க. வேறொருத்திக்கு என் மனதில் இடமேயில்லை. இந்தத் தருணத்தில் காதல் பெருமைப்படுகிறது.

பேருந்து நிலையத்தில் அவள் வரும் பேருந்துக்காகக் காத்திருக்கும் தருணத்தில், *Computer Center*-இல், *Computer*க்குப் பதிலாகக் காதலைப் படிக்கும் வேலையில்...

*Chemistry Lab*-இல் *Pipet*-க்கும் *Buret*-க்கும் கை உரசிக் கொடுக்கையில்,

நண்பகலில் நண்டுகள் ஓடும் கடற்கரை வெண்மணலில் என

எல்லாக் காதலும் காவியமாகவே இருக்கிறது.

தபு சங்கர் அதுனாலதான் ஒரு கவிதையில எழுதிருப்பாரு...

எனக்குத்தான் என் ஆசிரியர் முதல் மார்க் போட்டார் என்றாள்.

நானும் உனக்குத்தானே முதல் மார்க் போட்டிருக்கிறேன் என்றேன்.

அவர் என் கவிதையைத் திருத்தி முதல் மார்க் போட்டார்.

நான் கடவுள் எழுதிய கவிதையைத் திருத்தி முதல் மார்க் போட்டேன்.

இப்போ உன் கண்ணைக் குத்த போறேன் பாரு என்று பேனாவை நீட்டினாள். என் கண்ணைக் குத்த பேனா எதற்கு? உன் பார்வை போதுமே என்றேன்! போடா! எவ்வளவு நேரம்தான் உன் பேச்சில் மயங்காதது போல நடிப்பது... எனத் தோளில் சாய்ந்தாள்.

காதலில் உனக்குதான் முதல் மார்க் எனக் கடவுளின் குரல் கேட்டது!னு தபு சங்கர் அந்தக் கதைய முடிச்சிருப்பாருங்க.

வள்ளுவர் சொல்லுவாரு...

"காதலர் இல்வழிமாலை கொலைக்களத்து

ஏதிலார் போல வரும்"னு எழுதிருப்பாருங்க.

காதலர் பிரிந்திருக்கும்போது வரும் மாலைப்பொழுது கொலைக் களத்தில் பகைவர் ஓங்கி வீசுகின்ற வாளைப்போல் வருகிறது.

காதலர்கள் பிரிந்திருக்கும்போது வரும் மாலைப்பொழுது கவலையைத் தருகிறது.

காதலர்கள் பேசும்பொழுது வரும் அந்திப்பொழுது கவிதையாய் இருக்கிறது.

காதலர்கள் சந்திப்பதற்காய் காத்திருக்கும் கணப்பொழுதுகள் காவியமாகிறது!

கனவிலும்கூட காதலைச் சிந்திக்கும்பொழுது காதல் பேரழகாகிறது!

★★★

## நின்னைச் சரணடைந்தேன் காதலே!

*காதலர்கள் பார்த்துவிட்டால் மாமலை கடுகாகிறது!*
*காதலர்கள் பாதம்பட்டால் கரிசல்காடு கவியாகிறது!*
*காதலர்கள் நடந்துவிட்டால் கடற்கரை சர்க்கரையாகிறது!*
*காதலர்கள் பிரிந்துவிட்டால் காதலே கற்பனையாகிறது!*
அத்தகைய காதல் கொண்டு உங்களை வரவேற்கிறேன்.

ஒரு தோழி கேட்டிருந்தாங்க. நண்பா, காதலித்து ஒருவரை ஒருவர் புரிந்து கொண்டு திருமணம் செய்த தம்பதியினரே பிரிகிறார்களே! காதலித்துத் திருமணம் செய்தவருக்குச் சில சமயம் வாழ்வே கசந்து விடுகிறதே. காதலித்துத் திருமணம் செய்த பின்பும் காதலிலும், திருமண வாழ்விலும் வெற்றிப் பெற இயலுமா?

உண்மையைச் சொல்லட்டுமா...

உனக்காக எதையும் இழப்பேன் எனச் சொல்வது காதல்!

எதை இழந்தாலும் உன்னோடு இருப்பேன் எனச் சொல்வது திருமணம்!

இவளோடு என்னால் மகிழ்ச்சியாக வாழ முடியும் என்பதைவிட, இவள் இல்லையென்றால் என்னால் வாழவே முடியாது என நினைப்பவர்களே திருமண வாழ்வில் வெற்றிப் பெறுகிறார்கள்.

அதானே நா.முத்துகுமார் எழுதுனாரு...

"உனக்கென இருப்பேன் உயிரையும் கொடுப்பேன்
உன்னை நான் பிரிந்தால் உனக்கு முன் இறப்பேன்

மின்சாரக் கம்பிகள் மீது மைனாக்கள் கூடுகட்டும்
நம் காதல் தடைகளைத் தாண்டும்

வெந்நீரில் நீ குளிக்க விறகாகித் தீக்குளிப்பேன்
உதிரத்தில் உன்னைக் கரைப்பேன்!

**விழி மூடும் போதும் உன்னைப் பிரியாமல் நானிருப்பேன்**
**கனவுக்குள் காவல் இருப்பேன்!**

**நான் என்றால் நானே இல்லை... நீதானே நானாய் ஆனேன்...**

**நீ அழுதால் நான் துடிப்பேன்**"னார்ல. அந்தப் புரிதலும் அந்தச் சரணாகதியும் தானே காதலின் வெளிப்பாடு.

அதனால்தான்டே பாரதியார் சொன்னாரு...

**"நின்னைச் சரணடைந்தேன்– கண்ணம்மா**
**நின்னைச் சரணடைந்தேன்!"** என்றாருங்க. ஏன் சரணடைஞ் சிங்கனு கேட்டாங்க.

**"பொன்னை உயர்வைப் புகழை விரும்பிடும்**
**என்னைக் கவலைகள் தின்னத் தகாதென்று**
**(நின்னைச் சரணடைந்தேன்– கண்ணம்மா**
**நின்னைச் சரணடைந்தேன்!)**
**மிடிமையும் அச்சமும் மேவி என் நெஞ்சில்**
**குடிமை புகுந்தன, கொன்றவை போக்கென்று**
**(நின்னைச் சரணடைந்தேன்– கண்ணம்மா**
**நின்னைச் சரணடைந்தேன்!)**
**தன் செயலெண்ணித் தவிப்பது தீர்ந்திங்கு**
**நின்செயல் செய்து நிறைவு பெறும்வண்ணம்**
**(நின்னைச் சரணடைந்தேன்– கண்ணம்மா**
**நின்னைச் சரணடைந்தேன்!)**

**அப்படிச் சரணடைந்ததினால என்ன கிடைத்ததுனு கேட்டாங்க.**

**"துன்பமினியில்லை சோர்வில்லை**
**சோர்வில்லை தோற்பில்லை**
**நல்லது தீயது நாமறியோம் நாமறியோம்**
**நாமறியோம்**
**அன்பு நெறிகள் அறங்கள் வளர்ந்திட**
**நல்லது நாட்டுக! தீமையை ஓட்டுக!**
**நின்னைச் சரணடைந்தேன்– கண்ணம்மா**
**நின்னைச் சரணடைந்தேன்!"**ன்னு சொன்னாருங்க. தன்னைக் காதலித்தவரிடம் சரணடையும்பொழுது துன்பமில்லை, தோற்பில்லைனு பாரதி சொல்லியிருப்பாருங்க.

தபு சங்கர் சொல்வாரு...

அன்றைக்குத்தான் ரெண்டு பேருக்கும் திருமணம் நடக்குது. அந்தப் பெண் சொல்றாங்களாம். நான் புதுப் புடவைகளை உனக்காகவே உடுத்திக் கொள்வேன். நீ பார்ப்பதற்காகவே கட்டிக் கொள்வேன்! புடவை கசங்கினால் பரவாயில்லை. உன் மனம் மகிழ்ந்தால் சரி!

எதாவது விழாவிற்குச் செல்வதென்றால் எல்லோரையும் போல் நான் உன்னைக் காக்க வைக்கமாட்டேன். அரை மணிநேரம் முன்னதாகவே கிளம்பி உன் முன்னால் நிற்பேன்!

எந்த விழா என்றாலும் நான் அலங்கரித்துக் கொள்வது உனக்காகத்தான்!

நான் குண்டாகாமல் பார்த்துக் கொள்கிறேன். அப்பொழுதுதான் எப்போதும் நான் உன் கைகளுக்குள் இருக்க வேண்டுமென்பதற்காக.

பள்ளியில் குழந்தை விட்டு வருவது போல, காலையில் உன்னை அலுவலகம் விட்டுவிட்டு மாலையில் அழைத்துவர அனுமதி கொடு.

நீ தாமதமாக அலுவலகத்திலிருந்து வந்தால் சண்டையிட மாட்டேன். உன் களைப்பை எடுத்துக்கொண்டு புத்துணர்வைப் பரிசளிப்பேன்.

உன்னுடைய விடுமுறை நாட்களில் என் அலைபேசியை அணைத்து வைத்து விடுகிறேன். உனக்கு நான்தானே விடுமுறை!

சமைக்கும்போது நீ தொந்தரவு செய்தால் கோபம் கொள்ள மாட்டேன். வழக்கத்தைவிட அன்றைக்குத்தான் சமையல் நன்றாய் வருகிறது.

வீட்டு வேளையில் நீ உதவ வந்தால், மறுத்துவிடுவேன். நான்தான் உன்னைக் காதலிக்க வேண்டுமே தவிர, அதற்கு நீ உதவக் கூடாது.

நான் யாரோ... நீ யாரோ... எனச் சண்டையிட்டுப் பிரிந்த பின்பும் மறுநாள் அலைபேசியில் அழைக்கும் அன்பிலும், அழைப்பை எடுக்கும் பாசத்திலும் வழிந்தோடுகிறது காதல்!

காதலியிடமும் மனைவியிடமும் தோற்கும்போது காதலிலும் வாழ்க்கையிலும் வெல்கிறார்கள்.

★★★

## காதல் இனிதே நிறைவடைகிறது...

பிரபஞ்ச வீணையின் பிசிறு தட்டாத பாடல், இந்தக் காதல்!
காலங்காலமாய் காற்றுக்குள் கண்சிமிட்டிக் கொண்டிருக்கிறது, இந்தக் காதல்!
மனிதன் மகரந்தமாய் படிந்து கிடக்கும் தேவதையின் சிறகு, இந்தக் காதல்!
அத்தகைய காதல் கொண்டு உங்களை வரவேற்கிறேன்.

ஒரு தோழி கேட்டிருந்தாங்க. நண்பா, காதலிக்கும்போது மணிக்கணக்காய் பேசுவோம்... என்ன பேசுகிறோம் என்பதே தெரியாது. ஆனால் இப்போதெல்லாம் 2 வார்த்தை பேசினாலே சண்டை வருகிறதே. ஏன் இந்த மற்றம். வார்த்தைகளின் பஞ்சமா? அன்பின் பஞ்சமா?

உண்மையைச் சொல்லட்டுமா?

சில உறவுகள் யோசித்துப் பேச வைக்கும்!

சில உறவுகள் பேசியதை யோசிக்க வைக்கும்!

அவனுக்கும் அவளுக்கும் திருமணம் நடந்திருக்கிறது. புதுமணத் தம்பதிகள். கணவன் போய்ப் பேசுணும்னு நினைக்கிறான். அந்தப் பெண் அவனிடமிருந்து விலகி விலகிப் போகிறாள். இவனிடம் ஏன் இவள் பேசவில்லைன்னு புரியவேயில்லை. வாலி அந்த இடத்துல எழுதியிருப்பாருங்க.

"மன்றம் வந்த தென்றலுக்கு, மஞ்சம் வர நெஞ்சம் இல்லையோ
தொட்டவுடன் சுட்டதென்ன கட்டழகு வட்ட நிலவோ...!
மேடையைப் போல வாழ்க்கையல்ல, நாடகம் ஆனதும் விலகிச் செல்ல
ஓடையைப் போல உறவும் அல்ல, பாதைகள் மாறியே பயணம் செல்ல...
தாமரை மேலே நீர்த்துளிபோலே தலைவனும் தலைவியும்

**வாழ்வதென்ன... நண்பர்கள் போலே**

**வாழ்வதற்கு மாலையும் மேளமும் தேவையென்ன?"**னு வாலி எழுதிருப்பாருங்க.

புதுக்கவிஞர் ஒருவர் சொல்வாரு...

நீ பேசாமல் போய்விட்டது குறித்துப் பலரிடமும் பேசிப் பார்த்தேன், பயனில்லை.

முடிவில் உன் உதடுகள் உதிர்க்கும் வார்த்தைகள் யாவும் மந்திரங்களாக மாறிவிடும் என்பதால் பேசாமல் போய்விட்ட ரகசியம் அறிந்தேன்!

வள்ளுவர் புலவி நுணக்கம் அதிகாரத்துல சொல்வாரு...

**"ஊடி இருந்தேமாத் தும்மினார் யாம்தம்மை**

**நீடுவாழ் கென்பார் அறிந்து"**

என் காதலன் என்னோடு பேசல... அவள் இருக்கும்போது தும்மினேன் – நூறு வயது என்று அவளை அறியாமல் வாழ்த்தினாள். அவளே அவளுக்குள் சண்டையிட்டுக் கொண்டிருக்கும்போது இப்படிப் பாசத்தைக் காட்டுகிறோமேன்னு நாணப்படுறாங்க.

காதலி முதலில் வாழ்த்திவிட்டு, உன்னை யார் நினைத்தார்னு இப்போது தும்மினாய் என்று மீண்டும் சண்டையிட்டாளாம்.

இன்னொரு முறை இவள் சண்டை போடுவாளே எனப் பயந்து வந்த தும்மலை அடக்கிக் கொண்டராம். ஓ, உனக்குத் தெரிந்தவள் உன்னை நினைப்பது எனக்குத் தெரியக்கூடாது என மறைக்கிறீரோ எனக் கேட்டு மீண்டும் தலைவி அழுதாளாம்.

அழுகிறாளே எனப் பணிந்து போய் அவளைச் சமாதானம் செய்ய எண்ணினால், நீ இப்படித்தான் மற்றவரிடமும் சமாதானம் செய்வாய் எனக் கேட்டு மீண்டும் பேசாமல் இருந்துவிட்டாள் எனக் குறள்களில் அடுக்கிச் செல்வார் வள்ளுவர்.

எதனால் இவர்கள் பேசாமல் இருக்கிறார்கள் என்பதற்கு மனுஷ்யபுத்திரன் சொல்வாரு...

உன்னோடு பேசவேண்டும் போலிருக்கிறது. நமக்கிடையே பேச பொதுவான விஷயங்கள் இன்று எதுவுமே இல்லை.

ஒரு புத்தகம் இல்லை, நிலவு இல்லை, மரணம் இல்லை, திரைப்படம் இல்லை, ஒரு நடிகன் இல்லை, நடிகை இல்லை, கண்ணெதிரே கண்ட விபத்து இல்லை... ஒரு உரையாடலைத் தொடங்க எதுவுமே இல்லை...

பேச எப்போதும் எளிதில் கிடைப்பது ஒருவரையொருவர் குற்றம் சாட்டிக்கொள்வது. அதில் நான் அலுத்துவிட்டேன்!

எனக்குப் பேச வேண்டும். ஆனால், பேச தெரியவில்லை. வாழவேண்டும் என அவ்வளவு விரும்பியும் வாழத் தெரியாது.

பேசுவதற்கு விஷயம் தேவையோ இல்லையோ. அன்பும் காதலும் தேவைப்படுகிறது.

*காதலோடு பேசும்போது காலம் ஓடுகிறது!*

*காதலற்றுப் பேசும்போது அது காயங்களாய் மாறுகிறது!*ன்னு சொல்வாங்க.

இந்த உலகத்தில் இருக்கக்கூடிய அத்தனை உயிர்களிலும் காதல் இருக்கிறது. இந்தக் காதலில் அத்தனை உயிர்களும் வாழ்ந்துகொண்டே இருக்கிறது. இந்தக் காதல் நிலைத்துக் கொண்டே இருக்கிறது. இந்தக் காதலை இத்தனை நாட்களாகக் காதலித்த அத்தனை பேருக்கும் எனது மனமார்ந்த நன்றியும் காதலும்.

★ ★ ★

# காதலுரை

**ஜாலி வசந்த்**

*Channel Head Adithya TV SunNetwork*

காதலை ரசிப்பது வேறு,அனுபவிப்பது வேறு இது இரண்டையும் சரிவர செய்பவனே காதல் தேவனால் ஆசிர்வதிக்கப்பட்டவனாகிறான்.

அப்படி ஆசிர்வதிக்கப்பட்டவர்கள் அனைவரும் காதலித்துக்கொண்டுடிருக்க ராமகிருஷ்னன் மட்டும் அந்த காதலை ஏன் கொண்டாடிவிடக்கூடாது என்ற கேள்வியோடு வந்தார்.

உலகக்காதல் அத்தனையையும் ஒட்டுமொத்தமாய் பேசத்தொடங்கி, கண்டு, கேட்டு, உண்டு, உயிர்த்து, உற்றறிந்து காதலிலேயே லயித்து செதுக்கி அச்சில் கோர்த்த அழகியல் அனுபவமே "காத்திருங்கள் காதலிப்போம்".

இந்த காதலுக்கு இருக்கும் சக்திதான் எவ்வளவு பெரியது என்பதை புரிந்துகொண்டபிறகு அதைப்பற்றி பேசாமலும் எழுதாமலும் எப்படித்தான் இருப்பது!!.

இந்த புத்தகத்தை படித்தபிறகு உங்களுக்கும் காதலைப் பற்றி நினைக்காமலும் பேசாமலும் இருக்கமுடியாதென்பதே இதன் வெற்றி..

காதலுக்கு இறந்தகாலம்,நிகழ்காலம், எதிர்காலமெல்லாம் கிடையாது என்று சொன்னால் எவ்வளவு பேருக்கு புரிதல் இருக்குமென்று சொல்லிவிடமுடியாது. ஆனால் இந்த புத்தகத்தின் வாசிப்பு அனுபவம் உங்களை முதல் முத்தம் முதல் காதல் மட்டுமல்லாது காதல் பிறந்த தருணத்தில் ஏற்படும் பட்டாம்பூச்சி பரவசத்திற்கு அழைத்துச்சென்று மனக்கண்ணில் படம் போட்டு காண்பித்து இடைவெளி இல்லா இன்பத்தை தரப்போகிறது..

ஒரு புது மெய்நிகர் காதல் அனுபவத்திற்கு தயாராகுங்கள்..

காதலுடன்

**ஜாலி வசந்த்**

விக்னேஷ்காந்த் *Blacksheep* நிறுவனர்

"அட ஆமாம்ல..."

இப்படி எந்த படைப்பையெல்லாம் நம்மோடு பொருத்திப்பார்த்து சொல்ல முடிகிறதோ, அவையே காலத்திற்கும் வென்று நிற்கும் "கல்ட்(*cult*)" எனப்படுவது... நம்முடைய வாழ்க்கையை இவரால் எப்படி எட்டிப்பார்க்க முடிந்தது என்று நம்மை ஆச்சர்யப்பட வைக்கும் சில பக்கங்கள், இதுவரை

படித்திராத வள்ளுவரின் இன்பத்துப்பாலை நமக்கு அறிமுகம் செய்திடும் இன்னும் சில பக்கங்கள், திருமணம் ஆனவர்கள் வாழ்க்கைத் துணையை புரிந்து கொள்ளவும், ஆகாதவர்கள் திருமணத்தைப்புரிந்துகொள்ளவும் என பக்கத்துக்கு பக்கம் பக்கத்திலேயே உட்கார்ந்து நம் வாழ்வை பார்த்து எழுதியதுபோல் ஒரு பக்குவம்... கட்டாயம் வாசிக்கப்பட வேண்டிய ஒரு வாழ்வியல் தொகுப்பு...

**ஈரோடு மகேஷ் – விஜய் டிவி**

அன்புத் தம்பி RKவின் தமிழ்க்காதலே இந்த புத்தகம்... தொலைக்காட்சி முழுவதும் நகைச்சுவை, நடுவே தனியாய் தெரியும் இவர் தமிழ்ச்சுவை...

உழ மறந்தால் சோறில்லை, எழ மறந்தால் பகலில்லை, மொழி மறந்தால் நாமில்லை , உன் உள்ளம் உழுது நிறைய எழுது, வாழ்த்துக்கள் தம்பி!!!.

**மதுரை முத்து – நகைச்சுவையாளர் விஜய் டிவி**

இந்த புத்தகம் பல ஞாபங்களை நினைவு படுத்துகிறது, நமக்குத் தெரியாத திருக்குறளை அறிமுகப்படுத்துகிறது. சினிமா பாடல்களும் சங்க இலக்கியமும் சந்திக்கும் இடத்தை சுட்டிக் காட்டுகிறது. யாரிடம்மெல்லாம் காதல் இருக்கிறதோ, அவர்களிடத்திலெல்லாம் இந்த புத்தகமும் கண்டிப்பாய் இருக்க வேண்டும்.

அருமைத்தம்பி, RK ஆன்மிகப்பேச்சளார், தன்னம்பிக்கை பேச்சாளர், ஆளுமைப்பேச்சாளர் என்று பேச்சுக்கலையில் என்னனென்ன சுவை இருக்கிறதோ அத்தனையும் சேர்த்து பேசுபவர். இப்போது அன்புத்தம்பி காதலைப்பற்றிய அருமையான தகவல்களோடு, **காத்திருங்கள் காதிலிப்போம்**, என்கிற இந்த படைப்பை தந்திருக்கிறார். இந்த படைப்பின் மூலம் இன்றைய இளைய தலைமுறையினரை வாசிக்கச்செய்கிறார். அதிகம் படியுங்கள், அதிகம் படையுங்கள்.. வாழ்த்துக்கள் தம்பி.

## நன்றியுரை

இப்புத்தகத்தில் இடம்பெற்ற சம்பவங்கள் கதைகள், கவிதைகள் இவற்றிற்கு வித்திட்ட கவிஞர்கள், கதையாசிரியர்கள் அனைவருக்கும் என் இதயத்தின் ஆழத்தில் இருந்து நன்றிகூற கடமைப்பட்டிருக்கிறேன்.

திருவள்ளுவர், பாரதியார், வைரமுத்து, கண்ணதாசன், நெல்லை ஜெயந்தா, தபுசங்கர், ஜி.ஆர்.சுரேந்தர்நாத், ஜி.கௌதமன், மு.வேடியப்பன், ஜாலி வசந்த், மனுஷ்யபுத்திரன், வாலி, பா.விஜய் அவர்களுக்கும்

காதலை கொண்டாடும் காதலர்களுக்கும்

காதலை கொண்டாடும் கவிஞர்களுக்கும்..!

அனைவருக்கும்
நெஞ்சார்ந்த
நன்றிகள்